મારી વાત
મણકો ૧

મિહિર જાગૃતિ વોરા

મારુ પ્રથમ પુસ્તક હું મારા માતા પિતા ને અર્પણ કરું છું

સામગ્રી

પ્રસ્તાવના

મારી વાત મણકો ૧ માં મેં મારા સ્થાનિક અખબાર અને મેગઝીન માં પ્રસિદ્ધ થયેલા મારા લેખને વાચા આપી છે જેમાં અલગ અલગ મણકા ને મેં એક હાર માં પરોવાની કોશિશ કરી છે .જેમાં વિવિધગુજરાતી અખબારો અને વિવિધ ગુજરાતી મેગઝીન માં મારા આવેલા લેખ ને રજુ કર્યાં છે , આશા છે કે આપને ખુબ રસ પડશે .

સ્વીકૃતિઓ

આ પુસ્તક માટે મેં વિવિધ અખબાર ના અહેવાલ અને વિકિપીડિયા અને જેના પુસ્તક ઉપર વાત કરી છે તે તમામ નો આભાર માનું છું ઉપરાંત વિવિધ પુસ્તક ના લેખક અને વિવિધ અખબાર ના તંત્રી અને ખાસ વિવેકીપીડિયા ને ગૂગલ ની સામગ્રી નો જે ઉપયોગ કર્યો છે તેનું હું આભારી છું અને ટૂંક સમય માં જ બીજો મણકો લઇ ને હાજર થઇ ને આપણી સમક્ષ આવીશ તેવી પ્રભુ ને વંદના છે ,
મિહિર એમ વોરા

1

'ચા'

મિત્રો આજે ચા નો એક ઇતિહાસ તમારી સમક્ષ લઈને આવ્યો છું .ચા એકબીજાને પિવરાવે તો પીણું એટલે 'ચા'. પાણી પછી માનવીને પીણા તરીકે ઉપયોગમાં આવતું પીણું એટલે 'ચા'. ચા એટલે ચાનાં પ્રોસેસ કરેલાં પાન ગરમ પાણીમાં ઉકાળી જરૂર પ્રમાણે દૂધ અને ખાંડ નાખી બનાવવામાં આવતું પીણું. ચા સૌ કોઈને ભાવે. સામેથી માગીને પીઐ. એકબીજાને મળીને ચાની ચુસકી ભરતાં ગામ-ગપાટા, પોલીટીક્સ અને પોલ્યુશનની અને એવી ઘણી બધી વાતો કરવાનું ગમે એવી 'સામાજિકરણમાટેની કડી એટલે 'ચા'. ચા માટે તો જેટલું લખવું હોય તેટલું લખાય . બોટનીની ભાષામાં 'કેમેલીઆ સીનેસીસ' નામના છોડના પાંદડાને જુદી જુદી રીતે પ્રોસેસ કરીને અનેક જાતની ચા બનાવાય છે અને તેને અનેક નામ પણ આપેલાં છે. ૧૬મી સદીમાં પ્રથમવાર ચીનમાં ચા દવા તરીકે ચીનના હકીમો દર્દીને શક્તિ આપવા, જુસ્સો ચઢાવવા આપતા હતા. ૧૭મી સદીમાં બ્રિટનમાં ચાનો વપરાશ શરૂ થયો ત્યાંથી ભારતમાં ચાનું આગમન થયું. ચાના છોડને આસામ અને કુર્ગ (તામીલનાડુ)નું હવામાન ફાવી ગયું. આ પહેલાં ચા ચીનથી આવતી અને ત્યાર પછી બ્રિટનથી. અત્યારે આખી દુનિયામાં ભારતની ચા જાય છે. અને આખી દુનિયાની ઉત્પન્ન થતી ચામાં ૩૨ ટકા ભારતની ચા છે. આ બિઝનેસ ૧૦,૦૦૦ કરોડનો છે.આખી દુનિયા જે ચા પીઐ છે તેની જાત અને પ્રકાર : આગળ જણાવ્યું તે પ્રમાણે

ચાના છોડના પાંદડામાંથી બનાવવામાં આવે છે તે ચા જે દેશમાંથી આવે છે તે પ્રમાણે પ્રકાર ગણીએ તો ૧. ઈન્ડિઆ ટી ૨. ચાઈના ટી મુખ્ય છે. અને ત્રીજો પ્રકાર જુદા જુદા ઠેકાણેથી આવતો હોઈ હાઈબ્રીડ ટી ગણાય છે. આ ત્રણ પ્રકારની ચાને જુદા જુદા પ્રકારના પ્રોસેસ કરીને બનાવવામાં આવે છે. એ પ્રમાણે ગણતાં ચાની મુખ્ય જાતો...૧. બ્લેક ટી ૨. ગ્રીન ટી ૩. વ્હાઈટ ટી ૪. હર્બલ ટી અને ૫. ઓલોંગ ટી ગણાય છે. ચામાંમાનવ શરીરના આરોગ્યને ફાયદો કરે તેવા 'થીઆફ્લેવીન' જે કાળી ચામાં છે અને 'એપીકેટેચીન અને કેટેચીન્સ' જે ગ્રીન ટીમાં છે આ બધા પોલીફેનોલીક કમ્પાઉન્ડ છે જે ૪૦૦૦ જાતના છે. આ બધા પાવરફૂલ એન્ટીઓક્સીડન્ટ ગણાય છે.માનવ શરીરમાં જે દૂષિત પદાર્થો હવા, પાણી, ખોરાક, દવા, ઈન્જેક્શન વગેરે મારફતે દાખલ થાય છે તેને વૈજ્ઞાનિકો 'ફ્રીરેડીક્લ' કહે છે. જો શરીરમાં ફ્રીરેડીકલ વધારે હોય તો અનેક રોગો થાય. આ માટે જો ખોરાક અને પ્રવાહી મારફતે શરીરમાં એન્ટીઓક્સીડન્ટ લેવામાં આવે તો બધા જ ફ્રીરેડીક્લનો નાશ થાય અને તમે તંદુરસ્ત અને રોગરહીત રહો. તાજેતરમાં જ કરવામાં આવેલા રસપ્રદ અભ્યાસમાં જાણવા મળ્યું છે કે દૂધ વગર ચા પીવાથી વજનને ઘટાડવામાં મદદ મળે છે. વજન ઘટાડવામાં દૂધ વગરની ચા ખૂબ જ ઉપયોગી છે. વૈજ્ઞાનિકોએ વ્યાપક અભ્યાસ કર્યા બાદ કહ્યું છે કે ચાની અંદર ઉચ્ચસ્તરીય ઘટકો રહેલા છે. જે ફેટના પ્રમાણને ઘટાડવામાં ખૂબ જ ઉપયોગી સાબીત થાય છે. નવા સંશોધનમાં જાણવા મળ્યું છે કે, થીઆલેવીન્સ અને થીઆરૂબીગીન નામે ઓળખાતા ઘટકો સ્થુળતાને ગટાડવામાં ખૂબ જ ઉપયોગી સાબીત થાય છે. હાઇ ફેટ ડાઇટ ઉપર જ્યારે ઉંદરોમાં આ પ્રકારના પ્રયોગો કરવામાં આવ્યા ત્યારે તેનો ઘણો ફાયદો થયો હતો. અને આના પરિણામ પણ ઇચ્છીત રહ્યા હતા. સંશોધકો હવે માને છે કે આ નવા પરિણામથી ઘણી બાબતો જાણી શકાશે. ચાની અસરકારક અસરમાંથી બ્રિટનના લોકો લાભ લઇ રહ્યા નથી. વિશ્વના દેશોમાં ચાનું ઉપયોગ કરનારાઓમાં બ્રિટનના લોકોની સંખ્યા ખુબ મોટી છે. આસામના જોરહાટ વિસ્તારમાં ટી રિસર્ચ એસોશીએશનના વૈજ્ઞાનિક દેવાજીત બોર્થકુરે કહ્યું છે કે જ્યારે ચામાં દૂધ નાંખીને પીવામાં આવે છે ત્યારે દૂધના પ્રોટીન સાથે તેમાં રહેલા ઘટકો ભળી જાય છે. તેમણે

કહું છે કે અમને દૂધ પ્રોટીનમાંથી અથવા તો આ ઘટકોમાંથી કોઇપણ આરોગ્યના લાભ મળી શકતા નથી. જેથી દૂધ વગર ચા પીવાની સલાહ વૈજ્ઞાનિકો આપે છે. જાપાનમાં વૈજ્ઞાનિકો દ્વારા કરવામાં આવેલા અભ્યાસમાં જાણવા મળ્યું છે કે, ચામાંથી ઘટકોનો ઉપયોગ યોગ્ય રીતે કરવામાં આવે તો તેનાથી પણ ફેટના પ્રમાણને ઘટાડી શકાય છે. જાપાનમાં કીરીન બોવેરેજ કંપની સાથે સંકળાયેલા એક વૈજ્ઞાનિક હીરોકી ચાજીમાએ કહ્યું છે કે, જાપાનમાં પણ વ્યાપક પ્રમાણમાં અભ્યાસની પ્રક્રિયા ચલાવવામાં આવી છે. બ્લેક ટી હંમેશા સ્થુળતાને ઘટાડવામાં ઉપયોગી બને છે. ડાઇટના કારણે ચરબી વધારનાર તત્વોને રોકવામાં બ્લેક ટી ભુમિકા અદા કરે છે. દૂધ વગરની ચા પીવાથી મોટા ફાયદો થાય છે તે બાબત પ્રકાશમાં આવ્યા બાદ તેનાથી ફાયદો થઇ શકે છે. સ્થુળ લોકો માટે આ ખૂબ સારા સમાચાર છે જે વજન ઘટાડવા માટે ઇચ્છુક છે. જો કે ચામાં રહેલા ગુણોને કારણે એક સમયે તેને દવા તરીકે ઉપયોગમાં લેવાઈ. અને તેના કારણે સોનાના ભાવે વેચાતી હતી. ઈ.સ. ૧૬૧૦માં ડચ ઇસ્ટ ઇન્ડિયા કંપનીના એક જહાજે. ડચ રાજવીને ચાની પેટી ભેટ ધરી, ત્યારબાદ ઇસ્ટ ઇન્ડિયા કંપની ચીનથી ઇંગ્લેન્ડ ચા મોકલતી રહી. ઈ.સ. ૧૮૨૩માં મેજર રોબર્ટ બુઃરસે ચાનો છોડ 'કેમિલિયા સિનેન્સિસ' ઉત્તર આસામમાં કુદરતી રીતે ઊગી નીકળેલો જોયો. અને પછી હિંદમાં ચાનું વાવેતર શરૂ થયું. આસામનું વાતાવરણ ચા ઉગાડવા માટે વધુ અનુકૂળ હતું. જેથી ત્યાં ઉત્તમ પ્રકારની ચા થવા લાગી.આસામમાં પાકેલી ચાનું પહેલું જહાજ બ્રિટન મોકલવામાં આવતાં ત્યાં એ ચાનો ટેસ્ટ વખણાયો, અને તેની માંગ વધી. તો બીજી તરફ ચા પર સંશોધનો થતાં વૈજ્ઞાનિકોએ ચાને વિવિધ રોગોમાં ઔષધ (દવા) તરીકે ઉપયોગ કરવાનું સૂચવ્યું. ત્યારે કોફીવાદીઓએ ચા ઝેરી પીણું છે, એવો પ્રચાર કરી તેનો વિરોધ પણ કર્યો. જે લાંબો ન ચાલ્યો.૧૮મી સદીમાં ચા પહેલીવાર ઇંગ્લેન્ડમાં પ્રવેશી, અને ત્યાં સાંજે ૫ વાગે ચા પીવાની પ્રથા વિકસી. ત્યારબાદ ચા સાથે કેક અથવા બિસ્ફ્ટ ખાવાનું શરૂ થયું.૧૮૩૮માં હિંદમાંથી પહેલીવાર ચાની દશ પેટીઓ ઇંગ્લેન્ડ નિકાસ કરાઈ. અને ત્યાં માંગ વધતાં ચા આસામ, બંગાળ, બિહાર, મદ્રાસ અને કેરળમાં પણ વાવવાની શરૂ થઇ. આજે દુનિયાની ચાની માંગનો ૫૦

ટકા પુરવઠો ભારત પૂરો પાડે છે. જો કે વિદેશીઓમાં કોફીનું પ્રમાણ વધુ હોવા છતાં ચાની માંગ અને ચાહના વિદેશોમાં આજે પણ ટકી રહી છે.હવે વિજ્ઞાને કહેલી ચાના ગુણદોષની વાત જોઈએ તો ચામાં વિટામીન-સી પુષ્કળ પ્રમાણમાં હોય છે, જે ખાસ કરીને લીલી ચામાં વધુ. વિટામીન-સી રોગ સામે લડવાની પ્રતિકાર શક્તિ આપે છે, વૈજ્ઞાનિકોના મતે ચાનું સત્વ, લોહીનું કેન્સર, વિકિરણજન્ય અન્ય રોગો મટાડવામાં કારગત નીવડે છે. ચામાં વિટામીન બી પણ છે. જેમાં ફોલસિન મુખ્ય છે. નિષ્ણાતો હોજરીના રોગો, આંતરડાના રોગો, મગજની નસ બ્લોક થવી, રક્ત નળીઓ બરડ થઈ જવા જેવા રોગોમાં લીલી ચા ઉપયોગી બને છે, એવા પ્રયોગ થયા છે. ચા ચામડીને તંદુરસ્ત રાખે છે. તથા પ્રસ્વેદ તંત્રને નિયમિત રાખે છે.

ચામાં વિટામીન પી અને કે પણ રહેલાં છે. સંશોધકોનું કહેવું છે કે કોફી પીનારા વર્ગ અને ચા પીનારા વર્ગના જૂથોનું નિરીક્ષણ કે અભ્યાસ કરી તારણ કાઢતાં ચા પીનાર વર્ગમાં ઓછા રોગ જોવા મળ્યા છે. તેઓ એમ પણ માને છે કે, ચરબી યુક્ત પદાર્થો ખાધા પછી ચા પીવામાં આવે તો ચરબી એકઠી થવાનો સંભવ ઘટી જાય છે, એટલે લોહીની નસો ગંઠાવાની બાબતમાં ચા ફાયદાકારક છે. દુનિયાની વિવિધ પ્રયોગશાળાઓમાં ચાની પત્તીમાં રહેલાં રાસાયણિક તત્વોનું પૃથ્થકરણ કરી સંશોધન કરવાનું હજુયે ચાલુ છે. એક એવું પણ તારણ મળ્યું છે કે, ચામાં રહેલું 'કેટેચિન' તત્વ મુત્રપિંડનો 'નેફ્રાઈટિસ' નામનો રોગ મટાડવામાં ઉપયોગી છે. જો કે વધુ પડતી ચા પીવાથી એસીડીટી થાય છે કે, હોજરીમાં ચાની અસરથી ભૂખ લાગવાની ક્ષમતા પર આડઅસર થાય છે. એવું પણ વૈજ્ઞાનિકો સ્વીકારે છે. વધુ પડતી ગરમ ચા પીવાથી દાંતના રોગો, મોઢાનું કેન્સર થઈ શકે છે. એવી વાતો પણ તબીબી જગતમાંથી બહાર આવી છે., પણ ચા મગજને તરબતર કરે છે, એ વાત બધા સ્વીકારે છે. સ્વીકાર કરેંજ છૂટકો છે .

સ્રોત: ચાનો ઇતિહાસ, વિકિપીડિયા , વિવિધ લેખકો ના અખબારી અહેવાલો , બ્લોગ

2
ચારસો ટકા આનંદ

મિત્રો કચ્છ નો એક પણ સાહિત્ય નો વાચક અને જાણકારી રાખનાર શ્રી હરેશ ભાઈ ધોળકિયાથી પરિચિત હશે જ અને હવે તો ગુજરાત ના જાણીતા તમામ સાહિત્ય કારો માં તેમનું નામ આદરપૂર્વક લેવામાં આવે છે. તેમના વિશે વાત કરીએ તો સ્વભાવે અને વ્યવસાયે આજીવન શિક્ષક રહેલા મુ. વડીલ હરેશભાઇ ખરેખર એક મળવા લાયક અને જાણવા લાયક વ્યક્તિ છેશ્રી હરેશભાઇ મારા મામા છે પણ તે પહેલા મારા તો ગુરુ અને શિક્ષક છે , હું તેમના નીચે ભુજ ની જાણીતી શાળા વીરજી દેવસી હાઈસ્કૂલ માં ૮ થી ૧૦ ધોરણ ભણ્યો છું , તેઓ આચાર્યશ્રી હતા ને અમારું સમાજશાસ્ત્ર અને અંગ્રેજી લેતા હતા .તેમનું જીવન એક સાદું જીવન અને ઉચ્ચ વિચાર જેવું છે . હું તેમની પોતાની આત્મકથા કહી શકો અને શિક્ષણ જગત માં સૌથી વધુ વંચાયેલી તેમની નવલકથા 'ચારસો ટકા આનંદ' ની વાત લઇ ને આવ્યો છું , અહીં દરેક શિક્ષક ગણે આ નવલકથા ખાસ વાંચવી જોઈએ તેવું મારુ માનવું છે . હરેશભાઇ ના અત્યારસુધી ૧૮૦ જેટલા પુસ્તકો પ્રગટ થયા છે .,નવલકથા 'અંગદનો પગ(૧૫ આવૃત્તિ)', 'બિન્દાસ' 'અનુવાદો'માં 'અગનપંખ'(ડો. કલામની આત્મકથા-૧૪ આવૃત્તિ 'થ્રી મિસ્ટેક ઓફ માય લાઇફ'(ચેતન ભગતની નવલકથા- ૪ આવૃત્તિ તથા 'હંમેસા શક્ય છે'(કિરણ બેદી) સહિતના અનેક પુસ્તકો પ્રસિદ્ધ પામ્યાં છે અને સૌથી વધુ વંચાયેલી અને વેચાયેલી આવૃત્તિવાળા પુસ્તકો છે.

.આવા જ , શિક્ષક અને કેવળ શિક્ષક જ શ્રી હરેશભાઈ ધોળકિયાએ 'ચારસો ટકા આનંદ' પુસ્તકરૂપે પોતાનો આનંદ વહેંચ્યો છે.. આ પુસ્તકમાં લેખક શિક્ષણ જગતમાં જે અદ્‍ભુત અને અનંત આનંદ મેળવ્યો તેની પ્રેરણાત્મક વાત સરળ રીતે રજુ કરે છે. આજના બાળકો સાથે કેમ કામ લેવું અને શિક્ષણ ને કેમ પ્રેમ કરવો તેને આ પુસ્તક વાંચવું જરૂરી બને છે .તે આ પુસ્તકમાંથી સમજાશે, તથા દરેક વ્યક્તિને બાળકો માટેનાં ઉત્તમ કામ કરવા માટેની પ્રેરણા અવશ્ય મળશે જ. આ પુસ્તકને લેખકે પોતાની આત્મકથા નહિ પણ શૈક્ષણિક આત્મકથા ગણાવી છે, આ પહેલાં લેખકે આયર્ન રેન્ડના વિચારોથી પ્રભાવિત થઈને તે ઉત્તમ વિચારોને ગુજરાતીમાં મૂકવા વિચાર્યું. અને સ્વાભાવિકપણે જ, પોતે જ્યાં અનુભવો મેળવ્યા એ શાળાનાં જ વાતાવરણને આધાર બનાવી નવલકથા લખી, 'અંગદનો પગ'. આ નવલકથાને બહુ જ આવકાર મળ્યો. એની ૧૫ આવૃત્તિઓ થઈ. આનાથી અને શિબિરોમાં પોતાના શિક્ષણના પ્રયોગોના અનુભવો કહેતા ત્યારે શિક્ષકોના 'આવું કેમ બને?' જેવા નવાઈભર્યા પ્રશ્નોથી પ્રેરાઈને શૈક્ષણિક અનુભવોની વાત મૂકવી જોઈએ એવું લાગ્યું જેના પરિપાકરૂપે આ પુસ્તક આવ્યું. લેખકે ૨૦ વર્ષ ભુજની એક જ શાળામાં શિક્ષક તરીકે કાર્ય કર્યું અને પછી પાંચ વર્ષ અન્ય શાળામાં આચાર્ય તરીકે કાર્ય કર્યું. પણ શિક્ષક કે આચાર્ય આ બન્ને વચ્ચે એમના માટે કોઈ ભેદ જ નહોતો કારણકે અગાઉ કહ્યું તેમ એમનો અદ્વૈત ભાવ હતો અને છે,

બીજી કોઈ જગ્યાએ કોઈ કામ મળતું નહોતું એટલે શિક્ષક થયા એવું પણ નથી. શિક્ષક શા માટે થયો એની સ્પષ્ટતા કરતાં એમણે કલેકટર કચેરી, બેંક, એસ. ટી. વગેરેમાં જોડાવા મળેલા અવસરોની વાત કરી જ છે. એમ તો ગ્રંથપાલ થવાની કે આઈ એ એસ થવાની ઈચ્છા પણ થઈ હતી. પણ બાળપણથી જ વાચનનો શોખ અને તે પણ કેવો કે પુસ્તકાલય શરુ થયું તો પ્રથમ સભ્ય થવાની જ ઈચ્છા. વાંચતા વાંચતા દયાનંદ, ગાંધીજી, વિવેકાનંદ, અને પ્રિય લેખક ર વ દેસાઈની ગ્રામલક્ષ્મી અને અન્ય નવલકથા વગેરેના પ્રભાવોમાં ઝોલાં ખાધાં એની પણ એક ઘેરી અસર ખરી. અને લેખક કહે છે તેમ, શિક્ષક પણ, આમ નક્કી કર્યું અને નથી થઈ જવાયું. બે ત્રણ ઇન્ટરવ્યુ આપ્યા પછી,

પસંદગી થઈ. છેવટે, ૪થી જુલાઈ ૧૯૬૬ નો એ દિવસ આવી પહોંચ્યો અને લેખક નોંધે છે તેમ '-અને હું શિક્ષક બન્યો.'

પુસ્તક પરિચય :

આ પુસ્તકને મુખ્ય રીતે ત્રણેક ભાગમાં વહેંચી શકાય. પ્રથમ શાળા અને વાતાવરણ, બીજા ભાગમાં પ્રયોગ અને આ પ્રયોગો માટે પ્રેરિત કરતી પ્રવૃત્તિઓ અને ત્રીજા ભાગમાં આનંદ સાથે પછી મળેલી કેટલીક સંતોષની પળો. પુસ્તક પરથી જાણી શકાય છે કે લેખકે જે કઈં કર્યું છે તેમાં શિક્ષણભાવનો જ વિસ્તાર ,સંવર્ધન કરવાની ખેવના વર્તાય છે. વિવિધ પ્રકરણોમાં પોતાને જ્યાં જ્યાં જવાનો કે જોડાવાનો અવસર મળ્યો છે, પ્રવૃત્તિ કરી, તેની વાત કરી છે,. શિક્ષક તરીકે પ્રથમ દિવસ ઘણો હળવાશ ભર્યો રહ્યો. શાળામાં વાતાવરણ કડક હતું, એમાં અંગ્રેજી જેવા મોભાદાર વિષયને લીધે અને હળવાશભર્યા વર્તનને કારણે વિદ્યાર્થીઓએ પણ હળવાશ અનુભવી. આ ઊંચા અને પડછંદ તરુણોના જિજ્ઞાસાભાવને સમજી લેખકે પોતે વાંચેલી રહસ્યકથાઓના માધ્યમથી પણ આકર્ષીને સંતોષ્યો અને પછી તેમના મિત્ર બની રહ્યા. વિદ્યાર્થીઓ તેમની સાથે ઊભા રહી વાતો પણ કરતા. આ તેમના વર્ગશિક્ષણનો પ્રભાવ હતો. શિક્ષકો અને શિક્ષકખંડના વાતાવરણની વાત કરતાં આ બાબતો પણ શિક્ષણને કેવી પોષક રહી તે નોંધે છે. આચાર્ય જૂની પેઢીના પણ વિવિધ પ્રવૃત્તિઓ, તાલબદ્ધ પી. ટી., એનસીસી, સ્કાઉટ, વિશિષ્ટ દિવસોની ઉજવણી વગેરે દ્વારા તેમની પ્રતિભાને દર્શાવીને પોતા પ્રત્યે પૂર્વગ્રહ છતાં કામને કારણે કેવા અંગત વડીલ બની રહ્યા તે બધી વાતો રસપ્રદ રીતે જણાવી છે. સમયના પ્રવાહ સાથે પરિવર્તન આવતાં રહે છે અને છેવટે લેખક એ શાળામાંથી વિદાય લઈ આચાર્ય તરીકે બીજી શાળામાં જાય છે ત્યાં પણ શિક્ષણનું વાતાવરણ કેવી રીતે રચાય છે અને છેલ્લે નિવૃત્ત થાય છે એ બધી ઘટનાઓ ક્રમિક રીતે રજુ કરી છે.

પુસ્તક ના પ્રથમ ભાગમાં એવું લાગે કે ઝડપથી પસાર થઈ જાય છે. પણ અહીં કાર્યનો અનુભવ પ્રાપ્ત કરતાં કરતાં, શિક્ષણ લેતે લેતે શિક્ષણનું કાર્ય કરે છે. આ ગાળા દરમિયાન જ તેઓ સ્કાઉટની જવાબદારી સંભાળે છે, રાષ્ટ્રીય કક્ષાએ શિબિરમાં વિદ્યાર્થીઓ સાથે શાળાનું પ્રતિનિધિત્વ પણ કરે છે. આ પ્રથમ તબક્કાનાં ત્રણ-ચાર વર્ષ

એક રીતે ઘડતરકાળ છે ,તેમના કાર્યકાળનો છેડો પણ છેલ્લાં પાંચેક વર્ષોમા જાણી શકાય છે.

પુસ્તક ના બીજા ભાગમાં જેમાં પ્રયોગો અને અનુભવોની વાતો છે. પણ એક ભર્યું ભર્યું શૈક્ષણિક જીવન કેવું હોય તેનો એક ચિતાર – માર્ગદર્શક પણ ખરો- મળે છે. શિક્ષકે પોતાનાં ક્ષેત્રમાં કેવી રીતે શિક્ષકત્વને ચેતનવંતું રાખવું જોઈએ એ સમજવા મળે છે. પ્રયોગોની વાત કરીએ ત્યારે સહુથી પ્રથમ પ્રાર્થનાસભા આવે છે. શાળાનો પ્રારંભ જેનાથી થાય, વિદ્યાર્થીને સમગ્ર દિવસ દરમિયાન જિજ્ઞાસુ અને સ્ફૂર્તિલા રાખે એ પ્રાર્થનાસભા શાળાના મોભ સમાન ગણાય. એને ચેતનવંતી બનાવવા, વિદ્યાર્થીના ઘડતરનું મહત્વનું અંગ બનાવવા એમણે જે પ્રયોગો કાર્ય તે અદ્ભુત છે. શહેરમાં કોઈપણ મહત્વની વ્યક્તિ આવે તેને શાળામાં સંવાદ માટે નીમંત્રવી, ફિલ્મોનો પરિચય –તે કેમ જોવાય – દિગ્દર્શનકળા , છબિકળા , અભિનય વગેરે તમામ પાસાં સાથે કરાવવો, ફિલ્મ સંગીત, તેમાં વાદ્યોનો ઉપયોગ, શાસ્ત્રીય વાદ્યો અને સંગીત સંભળાવી વિદ્યાર્થીઓને રસ લેતા કરવા, ઇતિહાસ, ભૂગોળ વગેરે વિષયના પાઠોની નાટ્ય રૂપે ભજવણી, પ્રાર્થનાનો વિસ્તૃતપણે અર્થ, આ અને આવું તો ઘણુંયે પ્રાર્થના સભામાં સમાવાતું. સત્ર શરૂ થાય ત્યારે દરરોજ એક શિક્ષક પોતાનો પરિચય આપે, પોતાના અનુભવો કહે અને આમ વિદ્યાર્થીઓનો શિક્ષક સાથે એક અનુબંધ રચાય. કેટલાય પ્રયોગો પ્રાર્થનાસભામાં થયા. વિદ્યાર્થીઓ પ્રાર્થનાસભામાં આજે શું હશે એની જિજ્ઞાસા અને ઉત્કંઠાથી રાહ જોતા. એ જ રીતે સમાજવિદ્યા ખંડ,. કારકિર્દી માર્ગદર્શન ખંડમાં અનેક વિવિધતાઓ રચી. વિવિધ દેશોની એલચી કચેરીઓ સાથે પત્રવ્યવહાર કરી એ દેશોની માહિતી એકઠી કરી. વિવિધ ક્ષેત્રોમાં કામ કરતા, પટાવાળાથી લઈને ઉચ્ચ અધિકારીઓનો ઇન્ટરવ્યુ લેવા વિદ્યાર્થીઓને મોકલી જાતે દરેક વ્યવસાયની ઊંડી જાણકારી અપાવી. સગવડ નહોતી અને વાચનની ટેવ વિકસાવવા વિદ્યાર્થીઓ પાસેથી વિવિધ છાપાં, સામયિકો વગેરે મગાવી તેને વાચન માટે ગોઠવી વાચનની વ્યવસ્થા કરી. વિદ્યાર્થીઓની વક્તૃત્વની કળા વિકસાવવા તેમણે વ્યવસ્થિત તાલીમ આપવા જે પદ્ધતિ અપનાવી તે પણ ઘણી પરિણામકારી રહી અને આને કારણે કેટલાય વિદ્યાર્થીઓ તૈયાર થયા.

આવી બધી જ પ્રવૃત્તિઓને કારણે વિદ્યાર્થીઓના વાલીઓ સાથે પણ વિશિષ્ટ સંબંધો ગાઢ થતા રહ્યા.

પુસ્તક ના ત્રીજા ભાગમાં વિદ્યાર્થીઓ સાથે વિવિધ સમયે થતા અનુભવો, જે તેમને પોતાને પણ જાણે આશ્ચર્યચકિત કરી દે છે. વિદ્યાર્થીઓને આપેલો પ્રેમ આવા મહાસાગરની છાલક જેમ ભીંજવે છે એ એમને માટે પણ કલ્પનાતીત લાગે છે. પણ પુસ્તકને અંતે લેખક નોંધે છે તેમ, '.... હા, તેના માટે જરૂરી છે વિદ્યાર્થીઓ પ્રત્યે અનર્ગળ વહાલ અને પ્રેમ. તેમને પળેપળ આપવી પડે છે. તેઓ ઘડાતા હોય ત્યારે તેમના સાથે ઊભા રહેવું પડે છે, માતાપિતા,મિત્ર, શિક્ષક, એવી અનેક ભૂમિકાઓ ભજવવી પડે છે.'

લેખક એક સ્નાતક હતા અને શિક્ષક થયા. શિક્ષણની સ્નાતક પદવી તેમની પાસે નહોતી અને શિક્ષણતંત્રના નિયમ અનુસાર એ જરૂરી હતી એથી એ માટે અલિયાબાડા ગયા. આ સમય પણ તેમણે માણ્યો છે. એક શિક્ષક જ્યારે વિદ્યાર્થી તરીકે ભણે ત્યારે પણ કેવો આદર્શ ઊભો કરી શકે છે તે ખ્યાલ આવે છે. સુંદર પુસ્તકાલયનો ઉત્તમ ઉપયોગ, જિજ્ઞાસા, ઉત્તમ વ્યક્તિઓ પાસે હોવા છતાં પ્રભાવિત થયા વિના તેમના જ્ઞાન અને અનુભવમાંથી શીખતા રહેવું વગેરે ઘણી બાબતો પ્રત્યક્ષ થાય છે. લેખક જેમ શિક્ષક તરીકે પ્રયોગો કરતા રહી વિદ્યાર્થીઓનો પ્રેમ મેળવતા રહ્યા તેમ, વિદ્યાર્થી તરીકે પણ એટલા જ જિજ્ઞાસુ, શીખવાની ધગશ ધરાવતા અને સારું મળે તેને જિજ્ઞાસુથી માણવું એ તેમનો મુખ્ય ભાવ જણાય છે. વ્યાખ્યાન માટે આવતા વક્તાઓ સાથે પ્રશ્નોત્તરી, વિવિધ આયોજનો , કાર્યક્રમોમાં નેતૃત્વ, રજનીશજીને સાંભળવા ખાસ રાજકોટ જવું, ગાંધી જયંતિને દિવસે પોરબંદરમાં જ્યુથિકા રોયને સન્મુખ સાંભળવાનો લ્હાવો જેવા તેમણે આલેખેલા પ્રસંગો આપણને રોમાંચિત કરી દે છે. એ જ રીતે, અસંખ્ય શિબિરો, ગુજરાત અને દેશના શિક્ષણકારો, લેખકો, સર્જકો સાથેનો એમનો સંપર્ક એમનાં શિક્ષક્ત્વને સતત સંમાર્જિત કરતાં રહે છે અને એનો લાભ પરોક્ષપણે વિદ્યાર્થીઓને પણ મળે જ ને?

'ચારસો ટકા આનંદ' ફક્ત શિક્ષકો માટે જ છે એવું નથી, માતાપિતા માટે પણ પોતાનાં બાળકોને કેવી રીતે ઉછેરી શકાય, કેવા કેવા પ્રયોગો દ્વારા તેમને અભ્યાસુ બનાવી શકાય છે, તાલીમ કઈ રીતે આપી શકાય

તે માટે માર્ગદર્શક બની શકે છે આધુનિક પડકારોને ઝીલવાની તૈયારી પણ અહીંથી જ મળશે એવું આ પુસ્તક માં મને લાગે છે ..

સંદર્ભ : (૧) 'ચારસો ટકા આનંદ'પૃષ્ઠ: ૧૬૫, મૂલ્ય રૂ. ૧૩૫પ્રકાશક: આર. આર. શેઠ, પ્રિન્સેસ સ્ટ્રીટ, મુંબઈ -૪૦૦૦૦૨. (૨) શિક્ષણ ચેતના – વિધ્યામાન શિક્ષક, શિક્ષક અને શિક્ષક જ : ચારસો ટકા આનંદ વેબ ગુર્જરી ઓગસ્ટ ૧૭ ૨૦૧૭ નિરુપમ છાયા

૩
'ખીચડી'

મિત્રો . ખત્રી જયંત હીરજી (૨૪-૯-૧૯૦૯, ૬-૬-૧૯૬૮) : વાર્તાકાર. મુંદ્રા (કચ્છ)માં જન્મ. પ્રાથમિક શિક્ષણ ભૂજમાં. માધ્યમિક શિક્ષણ મુંબઈની ન્યૂ ભરડા હાઈસ્કૂલમાં. ૧૯૨૮ માં મેટ્રિક. ૧૯૩૫ માં મુંબઈ નેશનલ મેડિકલ કૉલેજમાંથી એલ.સી.પી.એસ. થઈ પહેલાં ત્યાં ને પછી માંડવી (કચ્છ)માં દાક્તરી વ્યવસાય. ભૂજમાં અને મુંબઈમાં શ્રમજીવીઓની વચ્ચેના વસવાટને કારણે તે વર્ગના જીવનની વિષમતાઓનો પ્રત્યક્ષ અનુભવ થયો. બકુલેશાદિ મિત્રોની સાથે સામ્યવાદી વિચારસરણીના ધનિષ્ઠ પ્રભાવ હેઠળ આવ્યા. નાવિક મંડળ, કચ્છ-માંડવી તથા માંડવી નગરપાલિકાના પ્રમુખ. ઉમાસ્નેહરશ્મિ પારિતોષિકવિજેતા. કેન્સરથી માંડવીમાં અવસાન. 'ફોરાં' (૧૯૪૪), વહેતાં ઝરણાં' (૧૯૫૨) અને 'ખરા બપોર' (મરણોત્તર, ૧૯૬૮) સંગ્રહોમાં એમની એકતાલીસ વાર્તાઓ છે. જુદાં જુદાં સામયિકોમાં પ્રગટ થયેલી આઠ વાર્તાઓ અગ્રંથસ્થ છે.

'લોહીનું ટીપું', 'આનંદનું મોત', 'ખીચડી', 'હું', 'ગંગી અને અમે બધાં', 'સિબિલ' વગેરે વાર્તાઓ વાસ્તવલક્ષી અભિગમને લીધે, તો 'અમે બુદ્ધિમાનો', 'યાદ અને હું', 'અમે', 'પ્રતાપ ઓ પ્રતાપ !', 'ડેડ એન્ડ', 'ખલાસ', 'જળ' વાર્તાઓ વિશિષ્ટ નિરૂપણરીતિ તેમ જ પ્રયોગાત્મક વલણને કારણે ધ્યાન ખેંચે છે. 'પતંગનું મોત', 'માટીનો ઘડો', 'નાગ'માં રહસ્યને કલાત્મક રીતે વ્યંજિત કરવામાં પ્રતીકો અને

કલ્પનોનો વિનિયોગ થયો છે, તો 'ધાડ', 'ખરા બપોર' અને 'માટીનો ઘડો'માં પ્રદેશવિશેષનું જીવંત તાદ્રશ ચિત્રણ વાર્તા સાથે આંતરસંબંધ પણ ધરાવે છે.

સ્વરૂપની દ્રષ્ટિએ આ બધી વાર્તાઓ ઘટનાપ્રધાન છે. સ્થૂળ અને આકસ્મિક ઘટનાઓનો આધાર પણ લેવાયો છે, પરંતુ દ્રષ્ટિક્ષેપ પાત્રોના ભીતરી વ્યાપારો પર જ હોય છે. એ ભીતરી વ્યાપારોથી પ્રેરિત પ્રતિક્રિયા ફરી કોઈ ગમખ્વાર ઘટના સરજે છે. માનવમનની ગૂઢ સંકુલતાઓને વાર્તાકાર એવી રીતે આલેખે છે કે એમાંથી ઘણીવાર કલાપોષક સંદિગ્ધતા જન્મે છે. 'તેજ ગતિ અને ધ્વનિ' આ દ્રષ્ટિએ નોંધપાત્ર રચના છે. ફોરાં (૧૯૪૪) : જયંત ખત્રીનો પ્રથમ વાર્તાસંગ્રહ. એમાંની ચૌદ વાર્તાઓ જુદાં જુદાં સ્તરની છે. 'યાદ અને હું', 'અમે' અને 'વરસાદની વાદળી'માં અભિગમ ઊર્મિશીલ છે; તો 'આનંદનું મોત' અને 'બે આની' વાસ્તવલક્ષી અભિગમવાળી વાર્તાઓ છે. 'લોહીનું ટીપું' એમની યશોદાયી કૃતિ છે. એમાં અને 'દામો અરજણ', 'કાળો માલમ', 'હીરો ખૂંટ', 'બંધ બારણા પાછળ', 'અવાજ-અજવાળાં', 'શેર માટીની ભૂખ'માં જાતીય વૃત્તિ અને વ્યવહારનું વિભિન્ન દ્રષ્ટિકોણથી આલેખન છે. 'અમે બુદ્ધિમાનો' ક્રાંતિ માટે ઉત્સાહી બુદ્ધિમાનોના વ્યવહારમાં રહેલી વાસ્તવ દ્રષ્ટિની ઊણપને, તો 'એક મહાન મૈત્રી' સર્જકની સમગ્રવાર્તાસૃષ્ટિમાંવિરલહાસ્યરસનેનિરૂપેછે. ખરા બપોર (૧૯૬૮) : જયંત ખત્રીનો ત્રીજો (છેલ્લો) મરણોત્તર પ્રકાશિત વાર્તાસંગ્રહ. 'ધાડ' અને 'ખરા બપોર' જેવી વાર્તાઓમાં કથ્ય અને પરિવેશને અભિન્ન રાખીને, તો 'માટીનો 'ઘડો' અને 'નાગ'માં પ્રતીક-કલ્પનની સાદ્યંત ગૂંથણી કરીને વાર્તાકારે પોતાના કલાકસબનો હિસાબ આપ્યો છે.

'ડેડ એન્ડ'માં વેશ્યાજીવન જીવતી બે સ્ત્રીઓના વૃત્તાંતની ધ્વનિવ્યંજક સહોપસ્થિતિ છે, તો 'સિબિલ'માં સમયનું સૂક્ષ્મ સંયોજન છે. 'ખલાસ'માં પુરુષપાત્રના વિચ્છિન્ન ચિત્તવ્યાપારોનું નિરૂપણ છે, તો 'જળ', 'મુક્તિ' તથા 'ઈશ્વર છે ?' અન્યોકિત લેખે ધ્યાન ખેંચે છે. નિરૂપણરીતિના આટલા વૈવિધ્ય સાથે આ કૃતિઓમાં માનવજીવનની સંકુલતા   સાથેનું,   તેના   આવેગો અનેવિષમતાઓનુંકરુણગર્ભઆલેખનથયુંછે. લોહીનું ટીપું : જયંત

ખત્રીની આ ટૂંકીવાર્તામાં વંશાનુગત મળેલા સંસ્કારની કેદનું સૂક્ષ્મ વ્યંજનાથી નિરૂપણ થયું છે. તેજ ગતિ અને ધ્વનિ : જયંત ખત્રીની ટૂંકીવાર્તા. અહીં પિતા વીરસિંહ, જમીનદાર પ્રસાદજી અને પતિ નરપતિની પ્રતિક્રિયાઓ વચ્ચે કસ્તૂરીના સંવેગોનું અને સૌંદર્યનું ઊઘડતું જગત વાસ્તવ અને તરંગના આકર્ષક સંમિશ્રણ રૂપે પ્રતીત થાય છે. જયંત ખત્રીની અત્યંત જાણીતી વાર્તાઓમાં 'ખીચડી' વાર્તા આગવું સ્થાન ધરાવે છે.

ખત્રીની અન્ય વાર્તાઓની જેમ અહીં પણ વાર્તાનો મર્મ સ્પષ્ટ અથવા કથયિતવ્ય ભાષાના સંકેતોમાં નિહિત છે. કેટલીક વાર્તાઓમાં ખત્રી અર્થસંદિગ્ધતાનો આશરો લે છે. પરિણામે તેમની વાર્તાઓ વાર્તાકલાની સૂક્ષ્મ આંટીઘૂંટી સર્જે છે. સામાન્ય ભાવક આ કારણે વાર્તાની ઘટના, પાત્રો, કે વાર્તાના અંતથી આગળ જઈ શકતો નથી. જયારે વાસ્તવિક્તા એ છે કે ખત્રીની વાર્તાઓમાં ઘટના, પાત્રો, અંત, પરિસ્થિતિ આદિ કરતાં તેમણે રચેલા સંકેતોમાં છુપાયેલું રહસ્ય જ મહત્ત્વનું હોય છે. 'ખીચડી' વાર્તામાં પણ આ સંકેતો અનુભૂતિની પીઠિકા રચી આપે છે.

વાર્તામાં પ્રબળ જાતીય આવેગોનું નિરૂપણ થયેલું જોવા મળે છે. છતાં ખત્રીની અન્ય વાર્તાઓમાં જાતીયતાનાં જે વર્ણનો આવે છે એવાં કોઈ વિસ્તૃત વર્ણનો આ વાર્તામાં નથી. અહીં તો ગરીબી, મોંઘવારી અને ભૂખમરાની આખી ભૂમિકા ખત્રીએ રચી છે, ને તેમાંથી લાચારીવશ લખડી જેવા પાત્રને શારીરિક રીતે શોષાવું પડે છે. પરંતુ જીવનમાં કેટલીક વખત એવી પરિસ્થિતિ આવે છે, જેમાં અનિષ્ટ કરવું પણ ગમે છે. વાર્તાનું કેન્દ્રસ્થ પાત્ર 'લખડી' પણ વિચારપૂર્વક આ અનિષ્ટ તરફ ધકેલાઈ જતી જોવા મળે છે.

લખડીનો બળાત્કાર થયો છે, એમ ન કહી શકાય, છતાં લખડીનું શોષણ થયું છે, તેમ કહી શકાય. બંને પરિસ્થિતિની વચ્ચેની સ્થિતિમાં લખડી જીવે છે. જીવનમાં ક્યારેક પોતાના શરીર પ્રત્યે સભાન ન રહેનાર લખડીના જીવનમાં લાચારીવશ શરીર સોંપવાનો પ્રસંગ આવે છે. ત્યારે તેને શરીર સુખનો અનુભવ થાય છે, પરંતુ ભૂખમરાનું દુઃખ અને જીવનમાં અનુભવાતો આ પ્રથમ આનંદ પણ નષ્ટ થઈ જાય છે, કારણ કે ત્યાં ભૂખ સામે આવીને ઊભી છે. વાર્તામાં પાંચ પાત્રો છે. મુખ્ય

પાત્ર લખડીનું છે. લખડીના ઘરમાં તેનાં વૃદ્ધ મા-બાપ અને વંઠેલ ભાઈ છે.

બાપ 'અપાહિજ' છે. એટલે ઘરની તમામ જવાબદારી લખડીનાં શિરે છે. સોળેક વર્ષની લખડી પોતાના કુટુમ્બના ભરણપોષણ માટે આખા ગામમાં લોકોનાં કામ કરે છે, ને તેમાંથી જે મળે તેમાં ઘરનું ગુજરાન ચલાવે છે. મા-બાપ અને ભાઈ પ્રત્યેની અસીમ મમતા તેને આ ઢસરડો કરાવે છે. એક દિવસ તેન જયાં કામ કરે છે. ત્યાંથી પૈસા મળતા નથી. તેથી તે ગામના શાહુકાર શંકર શેઠ પાસે ઉધાર પૈસા માંગવા જાય છે ત્યારે શેઠ તેને લાલસાથી જોઈ રહે છે. અને પૈસા આપવામાં બહાનું કાઢે છે. બીજી બાજુ ઘરમાં ભૂખ્યાં મા-બાપ ભૂખથી વલવલે છે તે દિવસે ઘરનાં તમામ કામ પતાવી લખડી સરસ તૈયાર થઈ ભાઈની રાહ જોઈ રહી છે. ત્યારે તેનો બાપ લખડીને બોલાવી સાંકેતિક ભાષામાં કહે છે, કે "તારે માટે તો ખીચડી કમાવી અઘરી નથી" અને છેવટે લખડી શંકરશેઠની મેડીએ જાય છે,

ત્યાં એ પોતાની જાતને શેઠને સર્મિપત કરી દે છે. એ પછી તો લખડી આ માર્ગ સ્વીકારી લે છે, તે પછી લખડીના ઘરમાં કયારેય ખીચડીની ખોટ વર્તાતી નથી.'ખીચડી' વાર્તામાં જાતીયતાની વાત તો વાર્તાકાર કરે છે; પણ સાથે-સાથે વાસ્તવિકતા અને સામાજિક અસમાનતાની ભૂમિકા પણ રચી આપે છે. એટલે જ વાર્તામાં લખડીનું અધ: પતન ભૂખને કારણે થયું એમ કહી શકાય. કેમ કે લખડીનું કુટુમ્બ દારૂણ ગરીબી ભોગવી રહ્યું છે.

ખીચડી કમાવવાની સંપૂર્ણ જવાબદારી લખડીની જ છે શેઠ પૈસા તો નથી આપતા પણ તેની લખડી પ્રત્યેની દૃષ્ટિ લાલસાભરી છે. તેથી જ લખડી પોતાના હાથમાંની રૂપાની બંગડીઓ કાઢી ભાઈને આપે છે. પણ તે દારૂમાં બધું ગુમાવી દે છે ને લખડી સામે જે દૃશ્ય ખડું થાય છે તે આ છે."મેડી ઉપર ગોખનું બારણું ખખડયું અને થોડી વારમાં તો બે લંગડા પગો દાદરની બાજુમાં લટકી રહ્યા. લખડીએ એ જોયું. અને એ પણ એણે જોયું કે જે પગોમાં અત્યાર સુધી તાકાત નહોતી એ પગોમાંથી હવે પ્રાણ પણ ચાલ્યા જવાની ઉતાવળ કરતા હતા..." આ દૃશ્ય જોઈ લખડી મુંઝાઈ રહી છે, ત્યાં એનો બાપ એને બોલાવે છે."ઉપર તો આવ લખી !"'લખડી ફાંસીને માંચડે ચડતી હોય એમ

ઉપર ચડી એના બાપના લંગડા પગોની પાસે બેસી ગઈ – ફસડાઈ પડી ! પોતાની જવાબદારી પોતે નિભાવી નથી શકી તેની વેદનાથી લખડી દુઃખી છે. લખડી પોતાની જાત પ્રત્યે સભાન નથી. પોતે શું છે ? ને શું શું કરી શકે છે; તેની એને ખબર નથી એટલે જ લખડીનો બાપ તેને પોતાની બાજુમાં બેસાડી કહે છે

.''લખડી મારી સામે બેસ... 'તો આજે તું ખીચડી ન જ કમાવી શકી ? આમ કેટલાક દહાડા ચલાવ્યા કરશું ?... બુઢ્ઢાનું મોઢું ખૂલી ગયું. એની આંખો થંભી ગઈ એ આંખો હળવે રહીને નીચે ઊતરી-લખડીની હાંફતી છાતી પર ફરી પાછી થંભી ગઈ 'લખી, તારે હજીય ખીચડી કમાવવાની છે એ આંખો હદ ઉપરાંત ભરાઈ જતી, એક ઝડપનું મટકું મારી ગઈ તારા જેવીને ખીચડી કમાવી એ રમત વાત છે – બહુ જ સહેલું છે, સમજી? સમજે છે ?...'' પોતાનો બાપ જ એને દેહનો વેપાર કરવાનું સૂચવે છે. લખડીના જીવનની એ જ કરુણતા છે, કે ઘરના તમામ સભ્યો પોતાના પેટની ભૂખ માટે થઈને લખડીનો ઉપયોગ કરવા માંગે છે. લખડી શું ઈચ્છે છે તેની કોઈને દરકાર નથી. આજ સુધી તેને પોતાના જીવનની એક જ ઉપયોગિતાનો ખ્યાલ હતો. 'ખીચડી કમાઉ, ખીચડી રાંધું અને ખીચડી પીરસું' પણ આજે એને સ્ત્રી હોવાનું અને સુંદર ને જુવાન હોવાનું આહ્લાદજનક ભાન થયું છે. એટલે જ લેખક નોંધે છે ઃ 'બેપરવાહ અને બેફામ જુવાની વિશે લખડીને કશું ભાન નહોતું પણ પિતા દ્વારા મળેલ સંકેતથી લખડી સભાન બને છે.'ખીચડી કમાવવાની નવી રીત માટે એ તૈયાર થઈને નીકળે છે, ત્યારે એના મનમાં આ રીત માટે આનાકાની તો છે જ. એટલે જ બાપ પાસેથી ખીચડી કમાવવા અંગેની શિખામણ લઈ દાદરો ઊતરે છે.

ત્યારે તેનો બાપ ફરી બોલાવે છે, ત્યારે લખડી કહે છે ''હજી – હવે શું છે ?...'' આ વિધાનમાં લખડીની ક્ષણિક આનાકાની જોઈ શકાય છે; પણ બુઢ્ઢી આંખોમાં આવેલા આંસુ જોઈ લખડી વિચાર કરતી થઈ જાય છે.સમગ્ર વાર્તામાં 'લખડી' ખીચડીના પ્રતીક તરીકે રજૂ થઈ છે. બાપ, ભાઈ અને મા જેવા અંતરંગ સંબંધો પણ તેને ઉપભોગની વસ્તુ જ સમજે છે. શંકરશેઠ જે રીતે લખડીના દેહનો ઉપભોગ કરે છે, એ તો ખરી જ ! પણ લખડીનો બાપ જ ખીચડી કમાવવાનો કીમિયો બતાવે છે એ મોટી સામાજિક કરુણતા છે. તો બીજી તરફ શંકરશેઠની કામ

પ્રબળતા લખડીની લાચારીનો લાભ ઉઠાવે છે. લખડીને પણ જીવનમાં પહેલ-વહેલો મળેલ જાતીય આનંદ ગમે છે પરંતુ તેનું દુઃખ અને તેની ફરજ તેને આનંદથી વંચિત કરી દે છે. "લખડી નીચે ઊતરી ગઈ; પણ રસોડાની વચમાં પાણીનાં ભરેલાં ટોપિયાં અને માટલાં અને ખીચડીનાં ખાલી હાંડલાં વચ્ચે ઊભી રહી. એને વિચાર કરવાની ટેવ નહોતી.

પણ અત્યારે એ વિચારોનાં લશ્કરી ઘેરામાંથી છટકવાનો કોઈ રસ્તો નહોતો... 'એની નજર ખીચડીનાં હાંડલાં પર પડી એણે નિશ્ચય કરી લીધો'. 'લખડી બહાર નીકળી પડી ખીચડી કમાવા !..."લખડીના પતનની ક્ષણોને વાર્તાકારે પ્રતીતિકર બનાવી છે. લખડી ઘર તરફ ખાલી હાથે પાછી ફરી રહી છે, ને મનમાં ખીચડીનું શું ? વિચારી રહી છે, ત્યાં શંકર શેઠની મેડીની લાઈટ 'ટપ' દઈને થાય છે, ને લખડીને બોલાવતાં લખડી ઉપર ચડી જાય છે. મેડી સાફ કરતી લખડી પાસે આવી શંકર શેઠ તેની ફાટેલી ઘાઘરીમાં આંગળી ભેરવી વધારે ફૂંડે છે, અને શંકર શેઠની કામુક્તા પ્રબળપણે પ્રગટતી દેખાય છે. આવી પ્રબળ કામુક્તાને જાતીયતાના પાશવીયરૂપે પણ જોઈ શકાય. તે સંદર્ભે વાર્તામાં જાતીયતાનું પાશવીય રૂપ પણ જોવા મળે છે, ને લખડી કાંઈક વિચારે તે પહેલાં તો 'ટપ' દઈને બત્તી ઓલવાઈ જાય છે. 'ટપ' દઈને ઓલવાતી ઝબકતી લાઈટ પણ સૂચક છે લખડી પોતે કાંઈ વિચારે તે પહેલાં જ બધી ઘટનાઓ ઘટવા માંડે છે, બત્તી ઓલવાતા જ લખડીને હાશ થાય છે."કેવું સરસ અંધારું !... જાતીય આવેગોના ઉપભોગ રૂપે આવેલો આ અંધકાર વ્યંજનાસભર બને છે. લખડીને સુંદર અને જુવાન હોવાનું આહ્લાદજનક ભાન થાય છે. લખડી આ અંધકારમાં નીતિ અને અનીતિથી પર જઈને શરીરસુખનો આનંદ પ્રાપ્ત કરી રહી છે, એક સ્ત્રી તરીકે એના જીવનમાં આવેલો આ પ્રથમ પ્રસંગ છે.

જે પ્રસંગ માટે લખડીનો અધિકાર છે પણ ઘટના સાવ જુદી જ રીતે ખત્રીએ ઊભી કરી છે, કેમ કે લખડી અહીં માત્ર શરીર સુખ માણવા માટે નથી આવી પણ ખીચડી કમાવવા માટે આવી છે,

જે એ જ લખડીના જીવનની સૌથી મોટી કરુણતા છે, ને એ જ ક્ષણે લખડીને એ વાતનું ભાન થાય છે."જેમ દરેક સ્ત્રીના તેમ લખડીના જીવનમાં આ પ્રસંગ પ્રથમવાર આવ્યો હતો. એણે પોતાની જાતને એ

પ્રસંગની મધુરતામાં તણાવા દીધી. આખરે એ સ્ત્રી હતી. જુવાન અને તંદુરસ્ત ! દુનિયાએ એને બચપણથી જ એવા ઢસરડામાં રોકી રાખી હતી જીવનમાં સારું-નરસું, નીતિ-અનીતિ કે ધર્મ-અધર્મના ખ્યાલો બાંધવાની એને હજી ફુરસદ મળી નહોતી અત્યાર સુધી એને પોતાના જીવનની એક જ ઉપયોગિતાનો ખ્યાલ હતો – ખીચડી કમાઉ, ખીચડી રાધું અને ખીચડી પીરસું ! આજે એને સ્ત્રી હોવાનું સુંદર અને જુવાન હોવાનું, આહલાદૃજનક ભાન થયું. જીવનમાં પહેલી જ વાર એણે પુરુષનો સ્પર્શ અનુભવ્યો. એણે જીવન ધન્ય માન્યું હોત ! પણ બીજી જ પળે એને ખીચડીનું ભાન થયું એ દાદર નીચે લટકતા બે લંગડા પગો, એ ધીમી તાલબદ્ધ અને ખોખરી વાગતી એની માની ખાંસીની ધૂઘરીઓ...” એના જાતીય આવેગના સાક્ષાત્કારની ધન્ય ક્ષણોને અભડાવવા દોડી આવે છે. અને વાસ્તવિક્તા એના આનંદને આઘાતમાં ફેરવી નાખે છે ને એને લાગે છ “એ પલંગ એક મોટું હાંડલું હતું. એને પોતે મહી ખીચડી બની રંધાઈ રહી હતી. લખડી પોતેય ખીચડી જેવી છે – નહીં બા ? એના ભાઈના શબ્દોનો એના કાને પ્રતિઘોષ થયો...” હવે તે શંકરશેઠને લાત મારી હેઠા પાડે છે.ભૂખ વિવેક નથી ધરાવતી શંકરશેઠને લખડીનો બાપ બંને ભૂખ્યા છે એવી જ રીતે લખડી પણ ભૂખી છે. પરંતુ તેની ભૂખ તરફ કોઈનું ધ્યાન નથી એ સ્વયં પણ જીવનની હાડમારીમાં એવી રીતે જોતરાઈ ગઈ છે કે પોતાને પણ એક સંવેદન છે. પોતાની પણ કશીક દૈહિક જરૂરિયાતો છે.

એ તરફ લખડી બેધ્યાન છે. જયારે શંકરશેઠ તેને સ્પર્શે છે, ત્યારે તેની આ પ્રચ્છન્ન અનુભૂતિ બળવત્તર બની જાય છે. એક ક્ષણ લખડી ભરપુર જીવન જીવી લે છે, પણ ટૂંકીવાર્તા એટલે તો ક્ષણાર્ધનો ક્ષેત્ર વિસ્તાર, તણખો કે. ખત્રી તરત જ એક કુશળ વાર્તાકારની અદાથી લખડીના આનંદના સ્ત્રોતને અટકાવી દે છે. પુનઃ પેલી સામાજિક જવાબદારીનું ભાન થતાં લખડી પોતાના જીવનની ધન્યતાની એ પળોને વિસરાવી દે છે. એક સ્ત્રી માટે જાતીય આનંદની પ્રથમ અનુભૂતિમાં આવતો આ અવરોધ અત્યંત પીડાદાયક હોઈ શકે છે. લખડીની આ કથાનું મર્મસ્થાન પણ અહીં જ છે. વાર્તા ભલે વિશ્વયુદ્ધના પ્રતિઘોષ જેવી લાગે પરંતુ અહીં વ્યક્તિની ચેતનાનો પરામર્શ પણ ઓછો નથી. શંકરશેઠ અને લંગડો બાપ બંનેની ભૂખ સંતોષાતા આનંદ

અનુભવે છે,છૂટકારો અનુભવે છે, પણ લખડી તો એ આનંદને અનુભવી શકતી નથી. સામાજિકતાને કારણે પોતાની વૈયક્તિક સંવેદનાઓની આહુતિ આપનાર નાયિકાના અત્યંત ગોપનીય આવેગોની આ કથાને ખત્રીએ બહુ જ સાંકેતિક રીતે રચી છે.'ખીચડી' પેટની ભૂખમાંથી દેહની ભૂખમાં શી રીતે પરિણમે છે એની કથા બની રહે છે. એમાં 'ખીચડી' નિમિત્ત બને છે. પેટની ભૂખ સંતોષાય પછી જ દેહની ભૂખ ઉઘડે છે. અને લખડી ભૂખી છે. લખડીનો પરિવાર ભૂખ્યો છે.

કુટુમ્બ પ્રત્યેની લખડીની સંવેદના અને પોતાના પેટની ભૂખ લખડીને જાતીયસુખ માણવા માટે બાધા રૂપ બને છે. લખડીના શરીરનો ઉપભોગ કરતો શંકરશેઠ લખડીની આ લાચારીનો લાભ લે છે. એ અર્થમાં વાર્તા શંકર શેઠની પ્રબળ જાતીય આવેગોની વાર્તા તરીકે ઉઘડે છે. શંકર શેઠ જેવા કામી પુરુષ દ્વારા લખડી જેવી કેટલીય છોકરીઓ લાચારીનો ભોગ બનતી હોય છે. તેનું નિરૂપણ 'લખડી'ના પાત્ર દ્વારા સમજાય છે. 'ખીચડી' જેવી લખડીને તેના જ પરિવારજનો શોષણને માર્ગે ધકેલી રોજબરોજ ફોલી ખાય છે. એ વાત જ વાર્તાને ઘેરા કારુણ્યમાં ધકેલી દે છે. પેટની ભૂખ અને શરીરની ભૂખમાં લખડીની જાતીય ભૂખ કરતાં પેટની ભૂખ ઉપર છે, પણ લખડી બેમાંથી એકેય ભૂખની પરિતૃપ્તિનો આનંદ પામી શકતી નથી. લખડીની આ સ્થિતિ વાર્તાન્તે ભાવકને અકળાવી મૂકે છે. સાંકેતિક ભાષા પ્રયોગો દ્વારા કેટલાંક ભાવ સંવેદનો ગોપિત રીતે પ્રગટ કરવામાં જ વાર્તાકાર ખત્રીની કલા સિદ્ધિ વર્તાય છે. આમ ખરેખર જયંત ખત્રી ના નારી પાત્રો સદા અમર રહેવાના છે અને રહેશે તેવું મારું માનવું છે .

સંદર્ભ : વિવિધ નવલકથાઓ જયંત ખત્રી ની

ખીચડી' – જયંત ખત્રી – ડો.વી.એલ.પટેલ. શામળદાસ કોલેજ, ભાવનગર.જુલાઇ 12, 2012

ડો જયંત ખત્રી ના નારી પાત્રો વાર્તા વિહાર સંસ્થા ભુજ કચ્છ આયોજિત નિબંધ સ્પર્ધા માં તા :૪/૫/૨૦૧૯ ના પ્રા. ચૈતાલીબેન ઠક્કર (લાલન કોલેજ ગુજરાતી ભવન) અને પ્રોફ.ડો.આર. બી બસિયા (કચ્છ યુનિ અંગ્રેજી ભવન) અને પત્રકાર કીર્તિ ખત્રી (ડો ખત્રી ના પુત્ર અને કચ્છ મિત્ર ના ભૂતપૂર્વ તંત્રી અને લેખક) ના વિવિધ વક્તવ્યો ને આધારે આ એક નિબંધ તૈયાર કરવામાં આવ્યો છે.

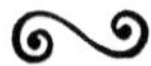

4

પખીયનજીયું પિરોલિયું'

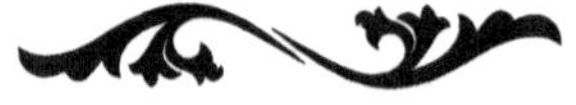

મિત્રો કચ્છ પ્રદેશની વિશિષ્ટ ઓળખ અને ધરોહર સમાન કચ્છી ભાષાના મૂર્ધન્ય કવિ તેજપાલ ધારશી શાહ કવિ 'તેજ' એટલે કચ્છી ભાષા નું ગૌરવ અને કચ્છ નું ગૌરવ આજે હું તમારી સમક્ષ તેમના પંખીઓ પ્રત્યેના અનહદ પ્રેમનાં ફળસ્વરૂપ પરિચય કરાવતું પુસ્તક 'પખીયનજીયું પિરોલિયું' ની વાત લઇ આવ્યો છું, આજે આ પુસ્તક બહુ ઉપલબ્ધ નથી પણ કચ્છ ના જાણીતા સંશોધક અને લેખક મારા વડીલ શ્રી મુ નિરુપમભાઇ છાયા ના કવિ 'તેજ' ના આ પુસ્તક "પખીયનજીયું પિરોલિયું"પરિચય ઉપરથી મેં આ પુસ્તક ની માત્ર માહિતી આપી છે જેની નોંધ લેવા વિનંતી છે . આજની યુવા પેઢી આ પુસ્તક વિશે જાણે એટલે આ લેખ લખ્યો છે . કવિ આ પુસ્તકનો સાર આ આપતાં લખે છે,

'હીંયારીહીંયેરખીમુંલિખીવિધાપખી'.

(પ્રેમછલકતાહૈયેમેંપંખીનીઆવાતલખીછે.)

કચ્છીમાં પ્રચલિત પિરોલી કાવ્ય શૈલીમાં, પક્ષીનું વર્ણન આપી, કચ્છી ગદ્યમાં તેનો પરિચય આપ્યો છે. આ પુસ્તક ગદ્યપદ્યનો સમન્વય છે. પુસ્તકની ભૂમિકા આપતાં કવિ લખે છે, "હું કોઈ પંખી વિશારદ કે નિષ્ણાત નથી, પણ પંખીઓ સાથે નાનપણથી જ લાગણી.

પંખીઓ પ્રત્યે માયા એટલી કે જોયા કરું તો બસ જોયાં જ કરું. નાનકડો હતો ત્યારે ફળિયામાં ભાઈબંધો સાથે રમતા હોઈએ ત્યારે ઊંચે આકાશમાં પસાર થતાં કુંજ પક્ષીને જોઈ હાથ ઊંચા કરી તેને બોલાવતા. બાળપણના આ ખેલમાં પણ પક્ષીઓ માટે પ્રેમ જ છલકતો હતો. વસંતમાં કોયલ બોલે અને સામે હું પણ કુ..ઉ..એવો સ્વર કાઢું. તો કોયલ સામે એનાથી પણ મોટા અવાજમાં પડઘો પાડે કુ...ઉ....કુ...ઉ.. મેં કબૂતર પણ ઘણાં પાળેલાં. અમે કબૂતરને લઈ ગામ પાસેના થોડા દૂરના સ્થળે જઈએ અને ત્યાં એમને ઉડાડીએ. પછી ઘરે પહોંચીએ તે પહેલાં તો એ પાછાં આવી ગયાં હોય.” નાનપણનો આ રસ ધૃઢ થતો ગયો વિસ્તરતો પણ ગયો. પંખી જોઈને એની નોંધ કરી લેવાની ટેવ પડી. ક્યારેક ખ્યાલ ન આવે તો કોઈ વટેમાર્ગુ મળે તેને પૂછી લે અને એ જે નામ કહે તે લખી લે. આમ ડાયરી ભરાણી. પછી તો કચ્છીમાં એની પિરોલી એટલે કે ઉખાણાં બનાવ્યાં જેનો ઉકેલ પંખીનું નામ હોય. સાહિત્યમાં પ્રતિષ્ઠિત થયા અને કચ્છમાં ‘કોઠારા જૈન મિત્ર મંડળે’ સન્માન કર્યું ત્યારે મંડળના અગ્રણી કિશોર સાંચાએ એક દૂરબીન ભેટ આપ્યું. સીમાડે રખડતા રહે. મિત્ર દોલતસિંહને સાથે લઈ જાય. પોતે દૂરબીનથી પંખી જુએ અને એનું વર્ણન કરતાં જાય અને મિત્ર એ લખતા જાય. પછી ઘરે આવી, પુસ્તકોમાંથી એ વર્ણનો મેળવી જુએ અને પોતાની ડાયરીમાં નોંધી લે. એમના પક્ષીપ્રેમથી પરિચિત ચાહકો દ્વારા પક્ષી વિશેનાં પુસ્તકો પણ મળતાં ગયાં. મુંબઈથી અને અમેરિકાથી બીજાં બે દૂરબીન પણ મિત્રોએ મોકલ્યાં. કવિ ‘ તેજ’ કચ્છમાં જોવા મળતાં ૪૦૦ જાતનાં પંખીમાંથી ૩૦૮ જાતનાં પંખીઓનું નિરીક્ષણ કર્યું છે. આ માટે એમને ત્રણ દાયકા લાગ્યા. રણ, દરિયા, ઝાડી, જંગલો સાથેનો કચ્છ પ્રદેશ, પ્રકૃતિનું રક્ષણ કરવાની વાત કરતાં કવિ કહે છે, **‘મીંવસંધાથીએંપાણીછિલંધાથીએં, નેબારાતુપખીડેખાડીંધાથીએં’** (વરસાદ વરસે, જળ છલકાય અને પરદેશી પંખી અહીં આવતાં થાય,)

પંખી જાતની ખૂબી વર્ણવતાં કવિ લખે છે,

‘વિડેસનુંઉડીઅચેંવૈઆડિસગિની; મુલકમેંમીંવથાતેંજીખબરકેંડિની ?

(આ વૈયા પક્ષીઓ જુઓ. આ પ્રદેશમાં વરસાદ થયો એ સમાચાર

એમને કોણે આપ્યા ?)

આ ઉપરાંત પણ પક્ષીઓની અનેક વિશેષતાઓ પણ તેમણે કાવ્યશૈલીમાં વર્ણવી છે.

કચ્છના રાજવી પરિવારના અને પક્ષીવિદ મ. કુ. હિંમતસિંહજી એમના પ્રત્યે આદર દર્શાવતાં લખે છે,"અડધા સૈકાથી મારા પક્ષી નિરીક્ષણ દરમિયાન મેં પણ નથી જોયાં એવાં પક્ષીઓની નોંધ કવિ 'તેજ' કરી છે. આ પ્રકારનું કામ કરતાં આયખું વીતી જાય, પણ કવિ 'તેજ' આની પાછળ મંડ્યા રહીને માત્ર બે દાયકામાં પૂરું કર્યું છે. તેમણે કરેલી ખાસી વિગતવાર નોંધમાં પક્ષીના કદ, રંગ, ચાંચ, પગ, તેમની ખાસિયતો,વર્તનુંક વગેરે જોવા મળે છે. તેમણે ચીવટપૂર્વક પંખી જોવા મળ્યાં તે કચ્છી પંચાંગ પ્રમાણેની તિથિ પણ લખી છે."

પક્ષીની વિશેષતા દર્શાવતી ઉખાણાં રૂપે બે પંક્તિ, એનાં કચ્છી, ગુજરાતી, અંગ્રેજી અને પક્ષીવિજ્ઞાન પ્રમાણે એનું શાસ્ત્રીય નામ અને બોમ્બે નેચરલ હિસ્ટરી સોસાયટીનાં પુસ્તકોમાંથી એની સુંદર રંગીન તસ્વીરો અને પછી કચ્છીમાં એ પંખીનો વિસ્તૃત પરિચય એ ક્રમમાં આ પુસ્તક પક્ષીનો આપણી સાથે પરિચય કરાવે છે.

પક્ષીજ્ઞાન આપતાં આ પુસ્તકનો પ્રારંભ, વિદ્યા અને જ્ઞાનની દેવી માતા સરસ્વતીને વંદનાનાં પ્રતીકરૂપે એનાં વાહન એટલે મોરના પરિચયથી થાય છે

કચ્છીનાં: કારાયલ. ગુજરાતીનાં: મોર. અંગ્રેજીનાં : indian peafowl.scientific Name: Pavo cristatus. અને એની આ પિરોલી :

**સામરેરખેસિરમથેસરસતિકેંવાન   ;
પખિયેંજ્ઞજાતમેંઈજિજોજાજરમાન.**

પરિચય આપતાં 'તેજ' લખે છે, 'ઇન જેડો રૂપારો, રંગીલો મિઠે અવાજવારો બેઓ કોય પખી નાય....કારાયલકે મું કરો વિછી ખેંઘે ડિઠો આય. તીં ઢેલ-મોર ફરફુલ, ધાંઈ ને પનેજા કુપર પણ ખેંતા...." કેટલું ઝીણવટથી એમણે નિરીક્ષણ કર્યું છે! મોર વિછી ખાય એ આપણને નવી માહિતી મળે છે. હવે આ પિરોલી પરથી પંખી ઓળખો:

'રા'   લાખેજાજાનીડાઈરણમેંકરીંરખાલ,   સૂરતસીંભાજેહીયેંકે, છંઢેચઆઅભીલગુલાલ'.

(રા' લાખા ફુલાણી -કચ્છના રાજા-ના પ્રાણપ્રિય, રણમાં નિવાસ રાખે, જેમનો દેખાવ હૃદયને ગમી જાય, જાણે અબિલગુલાલ છાંટ્યા હોય !)

સુરખાબ ! સાચું. હંજ (કચ્છી નામ), સુરખાબ (ગુજરાતી નામ) Greater Flamingo અને જૈવિક નામ Phoenicopterus Ruber... કવિ લખે છે, '...લાખો ફુલાણી ઇનીં પખીયેંકે રણમેં રક્ષણ ડિનેં વેં...હંજકે કો આવગો અવાજ નાંય., પણ પાણીમેં મછીમારી કંધા વેં ને પંઢમેં વિડેં તેર તાંબડીમેં કકરા કુછે તેડો અવાજ કઢેંતાં'. હા, લાખા ફૂલાણીએ એમને રક્ષણ આપેલું. એમનો એવો કોઈ વિશિષ્ટ ધ્વનિ નથી. પણ જયારે પાણીમાં માછલી પકડતાં પકડતાં વઢી પડે તો તાંબડીમાં કાંકરા કહૂખડે તેવો અવાજ કાઢે. એમની અન્ય ટેવો અને શારીરિક વર્ણન પણ કર્યું છે. આ પંખી વિષે એક બીજી પિરોલી પણ બનાવી છે.

'અચોંતેરથોડા, વિનોતેરગચ્ય; 'તેજ' અસાંકેલજ, અસીંપથિકપરડેસજા.'
અમે પરદેસી પંખી કેવાં? આવીએ ત્યારે થોડાં અને જઈએ ત્યારે મોટી સંખ્યામાં..'તેજ' તું અમને ઓળખ.'

પ્રજનન માટે જ આવતાં આ સુરખાબની ઓળખ કવિએ આપી છે! સુરખાબ અહીં જન્મ લેતાં હોવાથી કોઈકે તો કહી જ દીધું કે સુરખાબ તો કચ્છનાં !. જે જન્મભૂમિ હોય એ જ વતન હોય ને?

'ઢોરેંભેરોહલે, જાણેપગમેંપાઈ; વૈસાખેંરંગફિરે, સેભધરેતાંઈ.'
કચ્છીમાં ગાયડી, ગુજરાતી ઢોરબગલો, અંગ્રેજી Cattle Egret અને જૈવિક નામ Bubulcus Ibis. કવિ લખે છે કે આ પક્ષી ઢોર સાથે જ ચાલે અને ઢોર ચાલે એટલે જમીન પરની ઉડે એ જીવાત ખાય. ચૈત્ર માસથી જ એની રંગ બદલવાની ક્રિયા શરુ થઇ જાય. ચોમાસામાં શરીર કેસરી રંગનું અને ચાંચમાં લાલાશ વધુ દેખાય. લેખકે તેને ઉંદરનો શિકાર કરતાં પણ જોયો છે.

મુ નિરુપમ ભાઈ લખે છે કે પાનેપાન સાથે પ્રેમ થઈ જાય એવાં આ પુસ્તકમાંથી શું આપવું અને શું છોડવું એવી દ્વિધા પણ થાયછે..

કામણગારોકસભીવ્યેન-તોલિખથાઈ;
પનસિબીંમારોભનાયતડેંચોવાજેમેરાઈ.

મેરાઈ એટલે દરજી. કચ્છીમાં સૂઈ, ગુજરાતી દરજીડો, અંગ્રેજી Common Tailor Bird અને જૈવિક નામ orthotomus Sutorius વિષે કવિ લખે છે કે પાન સિવીને માળો બનાવતો આ કામણગારો કસબી એટલે જ મેરાઈ કહેવાય.મનુષ્યનાં વસ્ત્રો સીવતા દરજીની જેમ સિવીને માળા બનાવતું આ પક્ષી પણ એટલે દરજીડો. બે પાંદડાં ભેગાં કરી, તેમની કિનારી ખાસ દોરાથી સિવી, બે પાંદડાં વચ્ચે કપાસ ભરી, માળો બનાવે. કોઈક દરજીડો તો ત્રણ પાંદડાં પણ સિવે. આકડામાંથી મળતા સફેદ રેશમી દેખાતા તાર પણ એમાં ભરે.

આમ આ પુસ્તક વાંચી ને આપણે ભારત ના મશહૂર પક્ષીવિદ ડો સલીમ અલી ની યાદ તાજી થાય છે , કચ્છ માં અને કચ્છી બોલી માં લખાયેલું આ પુસ્તક એક વાર દરેક કચ્છ અને કચ્છી ભાષા ને પ્રેમ કરતા લોકો એ વાચવુ જ જોઈએ એવું મારુ માનવું છે .

સંદર્ભ : ૧. કવિ 'તેજ'. સંપાદક: પૂ. મુનિ ભુવનચંદ્ર મ. સા. સજાવટ: લાલ રાંભિયા

૨.કવિ 'તેજ' શબ્દસંગ : અનહદ પક્ષીપ્રેમી શ્રી નિરુપમ છાયા 'વેબ ગુર્જરી

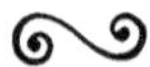

5
પત્ર ની મહત્તા

મિત્રો પત્ર ની મહતા તો એજ જાણી શકે જેણે કોઈ ને પત્ર લખ્યો હોય આથી આજના જમાના માં પત્ર , પોસ્ટકાર્ડ , પરબીડીયા , ટપાલી , ટપાલ , ટપાલ પેટી ભુલાઈ ગયા છે કદાચ આજની પેઢી એ તો આ શબ્દો સાંભળ્યા હશે કે કેમ ? એક સવાલ છે . કોઈ પણ ભાષા સાહિત્ય કે સિનેમા માં પત્ર વગર કોઈ ગીત કે કવિતા , પાઠ કે સંવાદ કે પાત્ર લેખન કરવું મુશ્કેલ છે ક્યાંક તો આ પાત્ર અને પત્ર બને એકબીજા સાથે જોડાયેલા છે અને કાયમ રહેશે . પત્ર એટલે સ્વજન ના સંયોગ અને વિયોગ ની વાતો , તો વળી ખુશી , વધામણી કે દુ:ખ ની વાતો કોઈ ની આપબીતી ની વાતો . પત્ર એટલે આધુનિક જમાના માટે નું સૌથી સફળ જોડાણ એટલે પરસ્પર મિલાપ , વિરહ ની પ્રબળ ભાવના નો સંકેત .. પત્ર ના અલગ અલગ સ્વરૂપો અને તેને લખવાની પણ એક કળા અને ભાષા હોય છે અને આ ભાષા અલગ ઉમર, હોદા અને વ્યક્તિ ને દયાન માં રાખી ને પણ હોય છે અને તમે કોને ઉદેશી ને પત્ર લખો છો તેના ઉપર આધારિત હોય છે . મિત્રો પત્ર એટલે માત્ર અક્ષર નથી પણ તેમાં લખનાર ની લાગણી , માંગણી છે , પત્રની મહતા જો જાણવી હોય તો પૂછો કોઈ વ્યવસાય લક્ષી કે સરકારી પત્ર મેળવનાર ને લખનારને ભારત દેશ ના વીર સૈનિકને , પૂછો કોઈ સ્વજન ને જેણે પોતાનું નજીક નું ગુમાવેલું કે મેળવેલું હોય , પૂછો કોઈ પ્રેમી ને , પૂછો કોઈ નોકરીનો પત્ર મેળવનારને , પૂછો માં ને પિતાને , ભાઈ ,

બહેન , પ્રેમિકા સૌ ને કયાંક તો તેનો સારો કે નરસો મેળવેલ કે કોઈ ને લખેલ પત્ર પોતાના હૃદય માં છુપાયેલો હશે , આથી હું માનું છું કે ભલે આધુનિક ટેકનોલોજિ આવે પણ કોઈ પત્ર ની તુલના માં આવી નહીંજ શકે ને આવશે પણ નહીં . હવે ચાલો જોઈએકે પત્રલેખન કેવી રીતે કરશો

* પત્રલેખનના માળખામાં મુખ્ય ચાર ઘટકોનો સમાવેશ થાય છે
* પત્ર લખનારનું સરનામું અને તારીખ
* સંબોધન
* પત્રનો હેતુ અને મુખ્ય વિગત અને
* વિદાયવચનો, પૂર્ણાહુતિ અને સહી

ઉપરોક્ત ચાર ઘટકોમાં પ્રથમ, પત્રની જમણી બાજુ મથાળે પત્ર લખના રે પોતાનું સરનામું તથા તારીખ લખવા, ત્યારબાદ સંબોધનમાં તારીખની નીચનની લીટીમાં ડાબી બાજુ હાંસિયા પાસે, જેને પત્ર લખવાનો હોય તેથી સાથેના સંબંધ મુજબ સંબોધન કરવું. યાદ રહે- વ્યવસાયિક કે ધંધાદારી પત્રો અને અરજીઓમાં, જેને ઉદ્દેશીને પત્ર લખવાનો હોય તેનું પૂરું સરનામું, સંબોધનનની ઉપર લખવાનું છે. પત્રની જમણી બાજુએ તમે લખેલી તારીખની નીચેની લીટીમાં સંબોધને લખવું જરૂરી છે.

સંબોધન પછી પત્રની વિગત, મુદ્દાઓ પ્રમાણે યોગ્ય ફકરાઓ પાડીને લખવાની રહે છે અને પત્રની વિગત પૂરી થાય પછી એ પછીની લીટીમાં, જમણી બાજુએ, પત્રના પ્રકારને અનુરૂપ શિષ્ટાચારસૂચક યોગ્ય વિદાયવચન લખીને નીચે સહી કરવાની રહે છે. પત્ર બોલચાલની સરળ ભાષામાં લખવો અને પત્રમાં વધુ પડતી આલંકારિક ભાષાનો પ્રયોગ કરવો નહિ. જોડણીશુદ્ધિ જાળવવી અને જરૂરી હોય ત્યાં વિરામચિહ્નનોનો ઉપયોગ કરવો જોઈએ. પત્રની મુખ્ય વિગત ભાવવાહી અને સ્પષ્ટ રીતે રજૂ કરવી. ધંધાદારી કે વ્યવસાયિક પત્રોમાં કુશળ સમાચાર જેવી બાબતોને સ્થાન હોઈ શકે નહિ. વિષયની રજૂઆત મુજબ પત્રમાં ફકરા પાડવા જોઈએ. પત્ર વાંચવો ગમે એ રીતે સુવાચ્ય હસ્તાક્ષરે અને યોગ્ય જગ્યા રાખીને લખવો જોઈએ. આજ જમાનો બદલાઈ ગયો છે. દુનિયા નો આ તો નિયમ બની ગયો છે કે સમય ની સાથે પરિવર્તન જરૂરી છે આ આપણું

સૌનું એકબીજા ની સાથે કાલ્પનિક મેળાપ કરાવનાર વ્હાલુંપોસ્ટકાર્ડ ભુલાયું છે ટપાલી પણ ભુલાય ગયો છે આજકાલ આ પોસ્ટકાર્ડ ની જગ્યાએ સંદેશવાહક બની ગયા છે, ઈ-મેઈલ, ઈ-કાર્ડ, કે પછી ફેસબુક કે ટ્વીટર. વડે એકબીજા જોડે આજની ટેક્નોલોજ઼ી ની ભાષા પ્રમાણે ખબર અંતર પૂછી લે છે. ફેસબુક કે ટ્વીટર પર એકબીજા જોડે લાઈવ ચેટ કરીને એકબીજા ના હલચલ પૂછી લે છે. એટલે તો જરૂરી છે કે એક વાર પોતાની જાત ને પત્ર લખો અને પોતાના વિચારો રજુ કરો. .છેલ્લે એક વાત એક વાર જીવન માં અવસ્ય કોઈ ને કોઈને પત્ર લખી ને પોતાના મન નીવાત કરો અને તેના મન ની વાત પણ જાણો આવી મારી પત્ર પ્રેમી ની અપીલ છે .

સંદર્ભ : શ્રી રામજી રાવજી લાલન કોલેજ અને ગુજરાત સાહિત્ય પરિષદ આયોજિત ઓનલાઈન રાષ્ટ્રીય પરિસંવાદ ૫ માર્ચ -૨૦૨૧ ગુજરાત ના સર્જકો નું પત્ર સાહિત્ય માં પત્રનું મહત્વ વિષય માં મોકલાવેલ લેખ .વિકિપીડિયા , વિવિધ અખબારી અહેવાલો , ગુજરાતી ભાષા ના વિવિધ લેખકો ના બ્લોગ ના વિચારો

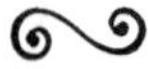

6

ધોળાવીરા

મિત્રો પાછો રણોત્સવ આવે છે એટલે આ લેખ નું મહત્વ વધી જાય છે આર્કિયોલૉજિકલ સર્વે ઑફ ઇન્ડિયાએ ધોળાવીરાને વર્લ્ડ હેરિટેજ યાદીમાં સમાવવા યુનેસ્કોના વર્લ્ડ હેરિટેજ સેન્ટરને નોમિનેશન માટે ડોઝિયર સૌપ્રથમ 2018માં મોકલ્યું હતું સાથે ગુજરાત સરકારે સાઇટનો વિકાસ કરવા સમિતિઓ બનાવી હતી. પછી સતત તેના સમાવેશ માટે રજૂઆતો થતી રહી અને આખરે 2021માં ધોળાવીરાને વિશ્વની ધરોહરની યાદીમાં સ્થાન મળ્યું છે .કચ્છ ના ખરેખર જોવાલાયક અને માણવા લાયક એક શહેર ની મારે વાત કરવી છે . દેશ દુનિયા અને કચ્છ યુનિવર્સિટી ના અનેક સંશોધક નું સંશોધન માટે આ પ્રિય શહેર છે . ભુજથી લગભગ 200 કિલોમીટર ઉત્તરમાં ખડીરબેટ આવેલો છે. આ જ બેટ પર ધોળાવીરા ગામ વસ્યું છે. સ્થાનિક લોકો ધોળાવીરાને કોટડો કે કોટડા ટિંબા તરીકે ઓળખે છે. મૂળ તો આ સ્થળ ધોળાવીરા ગામની નજીક આવેલું હોવાને કારણે તેનું નામ ધોળાવીરા પડી ગયું છે. ૧૯૬૭-૬૮ના અરસામાં ભારતીય પુરાતત્ત્વવિદ્ જગત પતિ જોષીએ આ સ્થળની મુલાકાત લઈ પ્રથમ વખત તેની માહિતી જાહેર કરી હતી. મોહેં-જો-દડો અને હડપ્પામાં કાચી પાકી ઈંટો દ્વારા બાંધકામ કરવામાં આવેલું છે. જ્યારે આ ધોળાવીરામાં લગભગ ચોરસ અને લંબચોરસ પથ્થરોથી બાંધકામ થયું છે અને પથ્થરો થોડેક છેટે બાજુમાં ખાણોમાંથી કાઢેલા છે. ધોળાવીરામાં નગરની ચારેબાજુ

દીવાલ આવેલી છે.૪૭ હેક્ટર (૧૨૦ એકર) ચતુર્થાંશ શહેર બે મોસમી સ્ટ્રીમ્સ, ઉત્તરમાં માનસાર અને દક્ષિણમાં મનહાર વચ્ચે આવેલું છે. આ સાઇટ સી ૨૬૫૦ બી.સી. સુધી ઉપયોગ કરવામા આવ્યો હતો, જે આશરે ૨૧૦૦ બી.સી. પછી ધીમે ધીમે ઉપયોગ ઘટતા, ટૂંકમાં તે સ્થળ છોડી દેવામાં આવ્યું હતું અને ત્યારબાદ.૧૫૦૫૦ બી.સી. સુધી ફરીથી ઉપયોગમાં લેવામાં આવ્યું હતું. ધોળાવીરા નગર મુખ્ય ત્રણ ભાગમાં વહેચવામા આવ્યું છે (૧) રાજાનો/શાસક અધિકારીનો રાજમહેલ કે જે ઊંચાઇવાળી જગ્યા પર છે. તેની ચારેબાજુથી મજબૂત કિલ્લાબંદી કરવામાં આવી હતી. આ કિલ્લામાં ચાર દરવાજા હતાં, (૨) અન્ય અધિકારીઓનાં આવાસ કે જેના ફરતે પણ રક્ષણાત્મક દિવાલ હતી અને બેથી પાંચ ઓરડાવાળા મકાન હતાં., (૩) સામાન્ય નગરજનોનાં આવાસ હાથે ઘડેલી ઈંટોના બનાવેલા હતા. આ નગરમાં મોતી બનાવાનું મોટુ કારખાનુ મળી આવ્યું છે. અહીંથી પ્રાપ્ત થયેલા અવશેષોમાં તાંબુ ગાળવાની ભઠ્ઠીઓ મળી આવી હતી. આજે અહીં પ્રવાસીઓ માટે રહેવા જમવા ઉતારાની સગવડો નથી , રસ્તા પણ નથી અને જે તે લોકો આરામથી અહીં કોઈ પણ રેતી સંશોધન ના નામે કિંમતી કચ્છી ખડગો , પથ્થરો અને વિવિધ પુરાતત્વ ચીજો લઇ ને જાય છે એટલે કોઈ રખેવાળી નથી જે એક ચિંતા કરાવે છે , સરકારે આ બાબતે ખાસ વિચારવું જોઈએ તેવો તમામ કચ્છી ઓ નો મત છે . કચ્છના કોઈ પણ સામાન્ય ગામ જેવું જ ભાસતું આ ગામ એક અસામાન્ય ઇતિહાસ ધરબીને બેઠું છે.ગામથી એકાદ કિલોમીટર દૂર ઉત્તર તરફ જઈએ તો 'કોટડા ટિંબા' વિસ્તાર આવે છે. બસ, આ જ વિસ્તાર ગામને અસામાન્ય બનાવે છે.અહીં જ પાંચ હજાર વર્ષ પહેલાં એ સમયની આધુનિક સંસ્કૃતિનું નગર ધોળાવીરા ધમધમતું હતું.આઈઆઈટી ગાંધીનગર' અને 'આર્કિયોલોજિકલ સર્વે ઑફ ઇન્ડિયા' દ્વારા હાલમાં જ કરાયેલા એક સંશોધનમાં જાણવા મળ્યું હતું કે આ 'પુરાતત્ત્વીય શહેર'માં પાંચ હજાર વર્ષ પહેલાં પાણીનું અદ્ભૂત વ્યવસ્થાપન કરાયું હતું. અહીં સંશોધકો વડે ગ્રાઉન્ડ પેનિટ્રેટિંગ રડાર(જીપીઆર) દ્વારા જમીન સ્કેન કરવામાં આવી આ જ સ્કેનિંગ થકી જાણવાં મળ્યું કે એ સમયે પણ શહેરમાં ડેમ, નહેર, જળાશયો, વાવ, કૂવા જેવી જડબેસલાક અને અફલાતૂન વ્યવસ્થા ઊભી કરાઈ

હતી.સિંધુ ખીણની સંસ્કૃતિ 'મૉડર્ન ટાઉન પ્લાનિંગ' માટે જાણીતી હતી.આ સંસ્કૃતિનાં શહેરો એમના મકાનો, સ્થાપત્યો, જાહેર સ્થળો, ગટરવ્યવસ્થા માટે આજે પણ આદર્શ માનવામાં આવે છે.વજન નિયમન, માપ, સિરેમિક, કલા અને કૌશલ્યોમાં સિંધુ ખીણની સંસ્કૃતિએ ભારે મહારત હાંસલ કરી લીધી હતી.રણમાં વસેલું હોવા છતાં ધોળાવીરા સિંધુ સંસ્કૃતિનું મહાનગર હતું અને અત્યંત સમૃદ્ધ હતું.રણને કારણે ઊભી થયેલી પાણીની અછતને પહોંચી વળવા એ સમયે સિંધુ ખીણની સંસ્કૃતિનું ઇજનેરી કસબ કામે લગાડવામાં આવ્યું હતું. ડેક્કન કૉલેજ ઑફ આર્કિયોલોજિ'ના વાઇસ ચાન્સેલર પ્રોફેસર વસંત શિંદે આ અંગે, સિંધુ ખીણની સંસ્કૃતિના લોકોએ કચ્છના રણમાં એ સમયનું આધુનિક શહેર વસાવ્યું હતું. તેઓ ઉમેરે છે, એ લોકો માટે ધોળાવીરાનું વેપારી મહત્ત્વ હતું કારણ કે ધોળાવીરા એક આંતરરાષ્ટ્રીય બંદરની ગરજ સારતું હતું પ્રોફેસરના મતે ધોળાવીરા વસાવતા પહેલાં ત્યાં સર્વે કરાયો હતો. ધોળાવીરાનું ભૌગોલિક સ્થાન એને વેપારી બંદર તરીકે વિકસાવી શકે એમ હતું.જોકે, મુશ્કેલી એ હતી એ સ્થળની ચારેય તરફ રણ આવેલું હતું. જોકે, સિંધુ ખીણના લોકોએ આ મુશ્કેલીઓનો પણ ઉકેલ શોધી લીધો હતો. ધોળાવીરાની બન્ને તરફ મનસર અને મનહર નામની મોસમી નદીઓ આવેલી છે. ચોમાસા દરમિયાન જ આ નદીઓમાં પાણી રહે છે. એટલે એ લોકોએ આ જ પાણીને શહેરમાં વાળવાનો ઉપાય કર્યો. તેમણે બન્ને નદીઓ પર અલગઅલગ સ્થળોએ ચેકડેમ બનાવ્યા અને ચોમાસામાં જ્યારેજ્યારે તેમાં પાણી કે પૂર આવ્યું એ તમામ પાણી એમણે શહેરમાં વાળી લીધું.

આ પાણીના સંગ્રહ માટે શહેરમાં ભૂગર્ભ ટાંકીઓ બનાવાઈ અને અન્ડરગ્રાઉન્ડ વૉટર ટનલ થકી તેમણે આ ત્રણેય ટાંકીઓને જોડી દીધી. અને એ રીતે તેમણે પાણીની સમસ્યાને દૂર કરી લીધી. આવી રીતે સિંધુ ખીણના લોકો રણમાં પણ સમૃદ્ધિ તાણી લાવ્યા. જો આ 'હડપ્પન ટેક્નિક'નો ઉપયોગ કરવામાં આવે તો કચ્છના રણને હરિયાળું બનાવી શકાય એમ છે. આજથી લગભગ પાંચેક હજાર વર્ષ પહેલાં વિશ્વમાં ત્રણ મુખ્ય સંસ્કૃતિઓ અસ્તિત્વ ધરાવતી હતી.નાઇલ નદીના કિનારે પ્રાચીન મિસરની સંસ્કૃતિએ આલિશાન નગરો અને ભવનો બનાવ્યા હતા.પશ્ચિમ અને મધ્ય-પૂર્વ એશિયામાં ટાઇગ્રીસ-

યુફ્રેટીસ નદીના કિનારે મેસેપોટેમિયાની સંસ્કૃતિ વિકસી હતી.એ જ વખતે સિંધુ નદીના કિનારે પણ એક સંસ્કૃતિ વિકસી. જેને એ સમયની સૌથી આધુનિક અને શહેરી સંસ્કૃતિ ગણવામાં આવી.હાલના ભારતના પશ્ચિમમાં અને પાકિસ્તાનના પૂર્વમાં સિંધુ નદીના કિનારે વિકસેલી હોવાને કારણે તેને સિંધુ ખીણની સંસ્કૃતિ તરીકે પણ ઓળખવામાં આવી.પાકિસ્તાનમાં આવેલું હડપ્પા આ સંસ્કૃતિનું મહત્ત્વનું કેન્દ્ર હોવાને કારણે તે 'હડપ્પન સંસ્કૃતિ' તરીકે પણ જાણીતી છે.સિંધુ ખીણની આ સંસ્કૃતિના મૂળ ઉત્તરમાં છેક અફઘાનિસ્તાન સુધી અને દક્ષિણમાં છેક ગુજરાત સુધી વિસ્તર્યાં હતાં.હડપ્પા, ગનેરીવાલા, મોહેંજો-દડો, ધોળાવીરા, કાળીબંગળ, રાખીગઢી, રુપર અને લોથલ એ આ સંસ્કૃતિનાં મહત્ત્વનાં શહેરો હતાં.

કચ્છમાં આવેલું ધોળાવીરા અને અમદાવાદ નજીક આવેલું લોથલ ગુજરાતમાં આવેલી સિંધુ ખીણની સંસ્કૃતિની પુરાતત્ત્વીય સાઇટ્સ છે. આ સંસ્કૃતિને ભારતીય સંસ્કૃતિનો પાયો ગણે છે. ભારતનું આજનું જીવન એ જ સંસ્કૃતિના પાયા પર રચાયેલું છે.આર્કિયોલોજિકલ સર્વે ઑફ ઇન્ડિયા' સિંધુ ખીણની સંસ્કૃતિનો સમયગાળો ઈ.સ.પૂર્વે 1500થી ઈ.સ.પૂર્વે 3 હજાર વર્ષ સુધીનો ગણે છે.જોકે, કેટલાક સંશોધકો સિંધુ ખીણની સંસ્કૃતિને આથી પણ વધુ પ્રાચીન ગણાવે છે.'ઇન્ડસ વેલી સિવિલાઇઝેશન' નામના પુસ્તકના લેખક ડૉ. સમર કંદ્રના મતે 6 હજાર વર્ષ પહેલાં આ સંસ્કૃતિની શરૂઆત થઈ હતી. ''રાખીગઢી અને અન્ય સાઇટ્સ પર હાલમાં જ થયેલા ઉત્ખનન દરમિયાન એવા સંકેતો મળ્યા હતાં કે સિંધુ ખીણની સંસ્કૃતિ ઓછામાં ઓછી સાડા પાંચ હજાર વર્ષ પ્રાચીન છે.'અત્યંત આધુનિક અને રસપ્રદ સિંધુ ખીણની સંસ્કૃતિનું પતન કઈ રીતે થયું એ અંગે પણ મતમતાંતર પ્રવર્તે છે.એક મત એવો છે કે આર્યોના ભારતમાં આગમને સિંધુ ખીણની સંસ્કૃતિનો નાશ કર્યો.બ્રિટિશ આર્મી ઑફિસર અને આર્કિયોલોજિસ્ટ સર રોબર્ટ એરિક માર્ટિમર વ્હિલરનો દાવો હતો કે મધ્ય એશિયામાંથી ઉતરી આવેલા આર્યોના ધાડાંએ આ સંસ્કૃતિનો નાશ કર્યો હતો.જોકે, પ્રોફેસર શિંદે જણાવે છે, કે જળવાયું પરિવર્તનને કારણે આ સંસ્કૃતિનું પતન થયું હતું. એ વખતે માત્ર દક્ષિણ એશિયામાં જ નહીં, પણ વિશ્વ આખામાં જળવાયું પરિવર્તન અનુભવાયું હતું. મિસર અને મેસેપોટેમિયાની

સંસ્કૃતિના વળતા પાણી પણ આ જ કારણે થયા હતા. સિંધુ ખીણની સંસ્કૃતિના બૅકગ્રાઉન્ડ પર બનેલી 'મોહેંજો-દડો' ફિલ્મમાં આ સંસ્કૃતિના વિનાશનું કારણ જળને ગણાવાયું છે.'નેશનલ ઇન્સ્ટિટ્યુટ ઑફ ઓશનોગ્રાફી' આ સંસ્કૃતિનું પતન પાણીને કારણે થયું હોવાના સંકેત આપે છે.ઇન્સ્ટિટ્યુટના સંશોધનમાં એવા સંકેતો મળ્યા છે કે કચ્છના દરીયા કાંઠે આવેલી ભનાયક ત્સુનામીએ ધોળાવીરાનો ભોગ લઈ લીધો હશે. આમ આવા ઐતિહાસિક શહેર નો જો યોગ્ય વિકાશ થઈ યોગ્ય દેખરેખ થાય તો જરૂર ધોળાવીરા એક ઐતિહાસિક શહેર જોવા જાણવા અને માણવા લાયક છે .સાચેજ કચ્છ નહીં દેખા તો કુછ નહિ દેખા .

સંદર્ભ : વિવિધ ધોળાવીરા ઉપર સંશોધન કરનાર, વૈજ્ઞાનિકો, લેખકો ના વિવિધ અખબારી લેખ , સ્થાનિક સમાચાર પત્રો અને વિકિપીડિયા

7

ભૂંકપ ના બે દાયકા પછી નું કચ્છ

કચ્છના એકવીસમી સદીના બે દાયકાની વાત માંડતાં જ એક મોટી ભયાવહ ઘટના વચ્ચે આવીને ઊભી રહે છે અને એ છે ભૂકંપ. યોગાનુયોગ કચ્છમાં છેલ્લો ભૂકંપ એકવીસમી સદીની શરૂઆતમાં જ આવ્યો હતો. અનેક જાતની ખુવારી સજી નાખનાર ૨૦૦૧ની ૨૬ જાન્યુઆરીના ભૂકંપ પછી કચ્છનો ચહેરો ધરમૂળથી બદલાઈ ગયો છે એટલે છેલ્લાં ૧૫ વર્ષમાં કચ્છમાં આવેલા તમામ બદલાવ આપોઆપ ભૂકંપ સાથે જોડાઈ જાય છે. આ સ્થિતિમાં વિનાશક ભૂકંપને અભિશાપ ગણવો કે આશીર્વાદ એ ચર્ચાનો વિષય બની રહે છે એનાં અનેક કારણો પણ છે. પહેલું કારણ ભૂકંપ પછી જ કચ્છમાં ઔદ્યોગિકીકરણ વિકસ્યું. ઔદ્યોગિકીકરણને કારણે જમીનોની કિંમત વધી, પરિણામે અકલ્પનીય આર્થિક પલટો આવ્યો. કચ્છનાં મુખ્ય શહેરોના નકશા બદલાઈ ગયા. સમગ્ર કચ્છમાં માર્ગ અને પરિવહનનો વ્યાપ વધ્યો. માળખાકીય સુવિધાઓ છેક ગામડાંઓ સુધી વિસ્તરી. શ્રમજીવી વગો વેપાર તરફ વળ્યા.

પરંપરાગત વ્યવસાયોને છોડી લોકોએ નવા વ્યવસાય અપનાવ્યા. સમગ્ર જિલ્લામાં ઇન્ટરનેટનું જાળું પથરાઈ ગયું જેને પરિણામે સંચારવ્યવસ્થાના અનેક આડલાભ મળ્યા. જિલ્લાભરમાં

નવાં અને આધુનિક શૈક્ષણિક સંકુલો ઊભાં થયાં. કચ્છ યુનિવર્સિટીની રચના થઈ એથી ઉચ્ચ શિક્ષણની સુવિધા પ્રાપ્ત થઈ. ગુજરાત સરકારની જ્યોતિગ્રામ યોજના થકી ૨૪ કલાક વીજળી મળવાથી ગ્રામ્ય વિસ્તારોમાં ચેતના આવી. આ બધું ભૂકંપ પછી થયું છે. ત્યારે લાગે કે કચ્છમાં વીસમી સદીનાં ૧૦૦ વર્ષમાં જે ન થઈ શક્યું એ ફક્ત છેલ્લાં ૨૦ વર્ષમાં થયું છે.

વિકાસનાં બે પાસાં છે. એક તરફ પ્રગતિ છે તો બીજી તરફ આ પ્રદેશના મૂલ્યનિષ્ઠ જીવનને લાગી ચૂકેલો ઘસારો પણ છે. કોઈ પ્રદેશના પરંપરાગત જીવનમાં અચાનક આંતર–બાહ્ય બદલાવ લાવનારાં ત્રણ પરિબળો હોય છે. તક્નિકી પરિબળ (Technology), આર્થિક પરિબળ (Economy) અને શૈક્ષણિક પરિબળ (Education). આ ત્રણેય પરિબળો એકમેક સાથે જોડાયેલાં છે. જોકે આ ત્રણ પરિબળોમાં શૈક્ષણિક પરિબળની અસર પ્રચ્છન્ન હોય છે.

સૌથી પ્રભાવક પરિબળ હોય તો એ છે આર્થિક પાસું. કચ્છમાં આવેલા ફેરફારોની પાછળ સ્પષ્ટરૂપે આર્થિક પરિબળ જવાબદાર છે, કારણ કે જ્યારે આર્થિક સ્તર ઊંચું જાય છે ત્યારે ટેક્નોલોજીનો આપોઆપ પ્રવેશ થાય છે. ઊંચું આવેલું આર્થિક સ્તર અનેક ઇચ્છાઓને જન્મ આપે છે. એમાંની એક ઇચ્છ હોય છે સ્વનો વિકાસ કરવાની. સ્વનો વિકાસ શિક્ષણ થકી થાય છે. આ વાત ત્યારે વધુ સારી રીતે સમજાય છે જ્યારે વ્યક્તિ કે સમુદાય આર્થિક રીતે સધ્ધર બને છે. કચ્છમાં શિક્ષણનો વ્યાપ વધવાનું કારણ સમૃદ્ધિ મેળવ્યા પછી પોતાની જાતનો વિકાસ કરવાનું સામૂહિક ચિંતન છે.

કચ્છમાં ૨૦૦૧ પહેલાં મોટા ભાગની પ્રાથમિક અને માધ્યમિક શાળાઓ સરકારી હતી. એની સંખ્યામાં વધારો થયો છે. છેલ્લાં દસ વર્ષમાં ખાનગી શાળાઓની સંખ્યામાં અભૂતપૂર્વ વધારો થયો છે. સ્થિતિ એ છે કે સરકારી શાળાઓમાં સંખ્યા ઘટવા લાગી છે, જ્યારે ખાનગી શાળાઓને સંખ્યાનો કોઈ પ્રશ્ન સતાવતો નથી. વળી શહેરી વિસ્તારની સરકારી પ્રાથમિક શાળાઓઆં મોટા ભાગે એવા વર્ગના વિદ્યાર્થીઓ દાખલ થાય છે જેમની આર્થિક સ્થિતિ નબળી છે.

એક અર્થમાં સરકારી શાળાઓ અને ખાનગી શાળાઓ વચ્ચે આર્થિક અસમાનતાનો વર્ગભેદ ઊભો થતો દેખાઈ રહ્યો છે. આ સ્થિતિ

આવનારા સમયમાં વધુ જોખમી બની શકે છે. છેલ્લાં ૨૦ વર્ષમાં સરકારી શાળાઓની ભૌતિક સ્થિતિ અત્યંત સમૃદ્ધ બની છે. વધુ ભણેલા અને તાલીમબદ્ધ શિક્ષકો પ્રાપ્ત થયા છે એમ છતાં, ખાનગી શાળાની સરખામણીમાં સરકારી શાળાના શિક્ષણની ગુણવત્તા સામે પ્રશ્નાર્થ ઊભો છે.

ઉચ્ચ શિક્ષણની વાત કરીએ તો ૨૦૦૦ની સાલ પહેલાં ભુજ, ગાંધીધામ, માંડવી અને આદીપુરમાં જ કૉલેજ હતી. હવે છેક દયાપરમાં સરકારે કૉલેજ શરૂ કરી દીધી છે. આવનારાં વર્ષોમાં અંતરિયાળ વિસ્તારોના વિદ્યાર્થીઓને નજીકમાં જ ઉચ્ચ શિક્ષણનો ભરપૂર લાભ મળવાનો છે. ૨૦૦૩થી કચ્છમાં સ્વતંત્ર યુનિવર્સિટીની સ્થાપના થઈ. પરિણામે અનુસ્નાતક કક્ષાના વિદ્યાર્થીઓને મોટો ફાયદો થયો છે. યુનિવર્સિટી થકી વિદ્યાર્થીઓને અમદાવાદ પરીક્ષા આપવા જવાની હાડમારીમાંથી મુક્તિ મળી છે. કચ્છમાં સ્થાનિકે ઇજનેરી અને દાક્તરી વિદ્યાનો અભ્યાસ કરવાની તકો પણ છેલ્લાં ૧૫ વર્ષમાં મળી છે, જ્યારે કોઈ પ્રદેશ વિશેષમાં યુનિવર્સિટીની રચના થાય છે ત્યારે એની પાસે વિપુલ તકો હોય છે. કચ્છ યુનિવર્સિટી પાસે પણ તકો છે. એમ છતાં, એક દાયકો વીત્યા પછી પણ યુનિવર્સિટીએ કચ્છ વિષયક કોઈ નોંધનીય કાર્ય કર્યું નથી. જોકે કચ્છ યુનિવર્સિટીમાં કુલપતિથી માંડીને પ્રાધ્યાપકોની હંમેશાં ઘટ રહી છે જે આજની તારીખે પણ યથાવત્ છે.

ઉપરાંત છેલ્લાં ચારેક વર્ષમાં આ યુનિવર્સિટીના રાજકીય અને વહીવટી વિવાદોપણછાપેચડ્યાછે. એકવીસમી સદીના દોઢ દાયકામાં કચ્છમાં સ્ત્રીશિક્ષણમાં નોંધપાત્ર વધારો અને સુધારો થયો છે. એનાં બે મુખ્ય કારણો છે. એક તો ગુજરાત સરકારે તમામ ગામોમાં પ્રાથમિક શાળા અને પાંચ કિલોમીટરની અંદર હાઇ સ્કૂલનું નિર્માણ કર્યું છે જેણે કન્યાઓને સ્થાનિકે અથવા નજીકમાં શિક્ષણ મેળવવાની તક પૂરી પાડી. બીજું, કચ્છનાં ગામડાંઓ પાકી સડકોથી જોડાઈ ગયાં છે. પરિણામે વાહનવ્યવહારની સુવિધાઓ પ્રાપ્ત થઈ છે.

વળી ૨૦૦૩થી ગુજરાત સરકારે કન્યાકેળવણીની ઝુંબેશ ઉપાડી જેને કારણે કન્યાકેળવણીનો આંક ઊંચો ચડ્યો. વળી મધ્ય કચ્છ અને પૂર્વ કચ્છમાં વિવિધ જ્ઞાતિઓનાં કન્યા છાત્રાલયો અને નિવાસી

શાળાઓ શરૂ થઈ જેના પરિણામે જે જ્ઞાતિઓમાં સ્ત્રીશિક્ષણનું પ્રમાણ ઓછું હતું એવી જ્ઞાતિઓમાં કન્યાકેળવણીનું પ્રમાણ અસાધારણ વધ્યું છે. વળી કચ્છનું આર્થિક પાસું સબળ બનતાં સામાજિક સંબંધોમાં શિક્ષણની નોંધ લેવાતી થઈ છે. આ કારણે પણ વાલીઓ પોતાની દીકરીઓને શિક્ષણ આપવાનું મહત્ત્વ સમજ્યા છે. આવનારાં દસ વર્ષમાં કચ્છમાં સ્ત્રીશિક્ષણનું પ્રમાણ ઘણું ઊંચું જવાની શક્યતાઓ દેખાઈ રહીછે. સરેરાશ છેલ્લાં વીસ વર્ષમાં શિક્ષણ ક્ષેત્રે જાગૃતિ આવી છે. શાળાઓ ઊભી થઈ છે. ઉચ્ચ શિક્ષણની સવલતો વધી છે સાથે શિક્ષિત બેકારીમાં નોંધપાત્ર વધારો થયો છે. મોંઘી ફી ખર્ચીને, લોન લઈને ભણનારા યુવાનો પાસે ડિગ્રીઓ તો આવી ગઈ છે, પરંતુ સ્થાનિકે રોજગારીની તકો ઓછી હોવાથી નછુટકે જિલ્લા બહાર જવું પડે છે અથવા સ્થાનિકે ઓછ પગારની નોકરી કરવી પડે છે. આવનારાં વર્ષોમાં શિક્ષિત બેકારોની સંખ્યામાં વધારો થઈ શકે છે.

કચ્છનો વિસ્તાર એટલો મોટો છે કે જિલ્લા મથકે બેસી વહીવટ કરવો કોઈ અધિકારી માટે ખૂબ મુશ્કેલ છે. વળી ભુજથી દૂર-દૂર આવેલા વિસ્તારોમાં કામ કરતા કર્મચારીઓને વહીવટી કામ માટે ભુજ આવવું મુશ્કેલ તેમ જ ખર્ચાળ બની રહે છે. જ્યારે બોર્ડની પરીક્ષાઓ લેવાય છે ત્યારે આ સ્થિતિ સમજમાં આવે છે. જેમ કચ્છમાં પોલીસના બે જિલ્લા બન્યા એ રીતે કચ્છને બે શૈક્ષણિક જિલ્લામાં વહેંચી નાખવાની તાતી જરૂર છે. આવું થવાથી મૉનિટરિંગ અને ગુણવત્તાનો પ્રશ્ન ઉકેલાશે. ઉપરાંત નાણાં અને સમયની બચત થશે, કેટલીક ઘટનાઓ એવી હોય છે કે વર્ષો વીતે, દાયકાઓ વીતે છતાં પણ એના ઘા ઝટ રુઝાતા નથી. આજથી વીસ વર્ષ પહેલાં કચ્છની ભૂમિ ધણધણી હતી. એવી ધણધણી હતી કે સમગ્ર કચ્છ જિલ્લો જમિનદોસ્ત થઇ ગયો હતો. આ ઘટનાને દોઢ દાયકા કરતાં વધુ સમય પસાર થઇ ગયો છે.

ભૂકંપના આટલા વર્ષ પછી કચ્છ કેવું છે. જે સમયે ભૂકંપ આવ્યો બરાબર તે જ સમયે ઊંચી ઊંચી ઈમારતો પળવારમાં ખળભળી ગઈ હતી. જમીનદોસ્ત થઇ ગઇ હતી. પડું પડું થઇ રહેલી ઇમારતોમાંથી હેમખેમ બહાર આવવા માટે લોકો હવાતીયા મારી રહ્યા હતા. રસ્તા, રસ્તા મટીને કાટમાળમાં ફેરવાઇ ગયા હતા. માત્ર બે મિનિટ ચાલેલા ભૂકંપે કચ્છને કાટમાળમાં ફેરવી દીધું. મંદિર હોય કે મસ્જિદ ભૂકંપે કોઇ

ભેદ પાડ્યા જ નહોતા. જમ ઘર ભાળી ગયા હતા અને લોકો ખુલ્લી જગ્યાએ દોડીગયાહતા.

વીસ વર્ષ પહેલાંના ભૂકંપના દ્રશ્યો આજે પણ લોકોના હૈયે ચીતરાયેલા છે. કચ્છની કોઇ પણ ગલીમાં એક પણ એવું ઘર નહીં હોય જે ભૂકંપના આઘાતને ખાળી શક્યું હોય. . પિતા અને પુત્રના માત્ર બે જણાના સંસારમાં ભૂકંપે તેમનો એકમાત્ર જુવાનજોધ પુત્ર હિતેન ગુમાવ્યો હતો. .

જો કે, ધનસુખ ધોળકિયા એવું કામ કરતાં ગયા છે કે તેમના દીકરાનું નામ અમર થઇ ગયું છે. દીકરો અને ઘર ગુમાવ્યા પછી એકલા પડી ગયેલા ધનસુખભાઇને પુનર્વસન કેમ્પમાં રહેવા ગયા ત્યારે દીકરાનો ઘા ભૂલવા તેમણે આસપાસના બાળકોને ભણાવવાનું શરુ કર્યું. પૂર્વ રાષ્ટ્રપતી એ.પી.જે અબ્દુલ કલામ એ વખતે ભૂજના કેમ્પમાંથી પસાર થયા ત્યારે તેઓ આ પ્રવૃતિ જોઇને એટલા રાજી થયા કે તેમણે ત્યાં શાળા બનાવવાની જાહેરાત કરી. આજે તે સ્થળે હિતેન ધોળકિયા વિદ્યાલય ઊભું છે અને અને 700 બાળકો ભણે છે.

દુનિયામાં એને શોધ, ઇતિહાસમાં ન જો, ફરતાં રહે છે કંઇક પયંબર કહ્યા વિના... મરીઝના આ શેરની મહાનતા સમજવી હોય તો તમને કચ્છમાં ઠેર ઠેર વર્તાશે. ભૂકંપમાં ઘરપરિવાર ગુમાવનારા માટે આજે પણ એ ઘટના એવી છે જાણે કાલે જ બની હોય. ભૂકંપે ભલે કચ્છીઓને હલબલાવી દીધા હોય, પણ એ કપરા સંજોગોએ તેમની માનવતાને વધુ ઉજ્જવળ કરી છે. ભૂકંપના સતર વર્ષ પછી એ વધુ સારી રીતે સમજાય છે.

ભૂકંપની અસર એવી હતી કે ગુજરાતના નકશા પર કચ્છને શોધવું અધરું પડે. કોઇનું ઘર ભોં ભેગું થયું તો કોઇનો પરિવાર નામશેષ થઇ ગયો. સતર વર્ષ પછી તેમની જીંદગી કઇ રીતે પાટે ચઢી છે તે જાણવું - સમજવું અગત્યું બની જાય છે. જેના પરિવારમાં સાત સાત લોકોએ જીવ ગુમાવ્યો એ ભૂજના વેજલાણી પરિવારના હૈયે તો ભૂકંપના ઘા હજી વિસરાયા નથી જ, તેમના પરિવારના બચી ગયેલા મુર્તુઝા અલીના ચહેરા પર ભૂકંપના ઘા આજે પણ જોઇ શકાય છે. પરિવારના સાત જણા ભૂકંપની ખપ્પરમાં હોમાઇ ગયા અને બચી ગયા માત્ર દાદી અને 8 મહિનાનો મુર્તુઝા અલી. જે આજે 21 વર્ષનો છે.

મુર્તુઝાના ખરા મમ્મી - પપ્પા તેના ફઇ અને ફુઆ છે. ભૂકંપે કેટલીય હરીભરી જીંદગીઓને એકલવાયી કરી દીધી હતી. જેમાંથી લોકો ફરી બેઠા થયા છે. કેટલાંય એવા લોકો છે જેમના જીવન નિહાળીએ તો જીંદગીની પાઠશાળા સમજતાં વાર ન લાગે. આવું જ એક વ્યક્તિત્વ એટલે હરેશ પારેખ. ભૂજની બજારમાં તેમનો ફોટો સ્ટુડિયો છે.

ભૂકંપમાં તેમણે પત્ની અને બે બાળકો સહિત સમગ્ર પરિવાર ગુમાવ્યો. પોતાનો એક હાથ પણ ગુમાવ્યો. ફોટોગ્રાફીનો વ્યવસાય એવો છે કે હાથ ગુમાવવો એટલે ધંધો ગુમાવવો., પણ હરેશભાઇ હિમ્મત હાર્યા નહીં. તેમણે એકલે હાથે ધંધોફરીશરુકર્યોઅનેજમાવીદીધો. હરેશભાઇએ ભૂકંપ અગાઉ સ્ટુડિયો ઊભો કર્યો ત્યારે તેમના પત્નીએ ભરપૂર મદદ કરી હતી. બંને સાથે મળીને સ્ટુડિયો ચલાવતા હતા. હવે સ્ટુડિયોમાંતેમનાપત્નીનીફ઼કત્તસવીરછે.. ઇતિહાસ એવું કહે છે કે ભયંકર આપત્તિમાંથી બેઠા થતાં સ્થળ વધારે પ્રગતિ કરે છે. લોકો નવેસરથી વિચારવાનું શરુ કરે છે. નવા સાહસ શરુ થાય છે. સાહસની સાથે પ્રગતિના નવા સોપાન શરુ થાય છે. ભૂકંપ પછી કચ્છે એટલો વિકાસ કર્યો છે કે એવું સહેજેય માની શકાય કે આટલો વિકાસ ભૂકંપ અગાઉનહોતોથયો.ઉલ્લેખનીય છે કે, રિક્ટર સ્કેલ પર 7.7ની તિવ્રતા. 22 હજાર લોકોના મોત.. 4 લાખ મકાનો ધ્વસ્ત. 6 લાખ લોકો બેઘર. ભૂકંપે કચ્છને એ ધરી પર લાવી દીધું હતું કે આખો એકડો જ નવેસરથી ધૂંટવો પડે. એના માટે વર્ષોના વર્ષ લાગે. પણ કચ્છ જેનું નામ જ્યાંની પ્રજામાં ખમીર અને ખંત વણાયેલા છે. જેણે ભૂકંપના એક દાયકાની અંદર જ કચ્છને ન માત્ર બેઠું કરી દીધું બલકે ભૂકંપ અગાઉ જ કચ્છ હતું તેના કરતાં પણ વધુ પ્રગતિ કરી છે. કચ્છમાં અનેક સંભાવનાઓ હતી પણ ભૂકંપ અગાઉ તેના પર ધ્યાન નહોતું દેવાયું. ભૂકંપ પછી કચ્છ પ્રત્યે જે સામૂહિક સહાનુભૂતિ જોડાઇ અને પગલે પ્રગતિના પણ મંડાણ થયા. સિમેન્ટ અને સ્ટિલથી માંડીને અનેક ઉદ્યોગો કચ્છમાં 2001 પછી વિકાસ પામ્યા છે.

કચ્છ આકર્ષણનું કેન્દ્ર બન્યું હોય તો એમાં પ્રવાસન ઉદ્યોગની મોટી ભૂમિકા છે. રણોત્સવ જેવા કાર્યક્રમો દ્વારા રાજ્ય સરકારે તેને વેગ આપ્યો છે. જે કચ્છમાં અગાઉ માત્ર સંશોધકો જ વધુ જોવા મળતા હતા

ત્યાં હવે પર્યટકો વધુ જોવા મળે છે. સફેદ રણમાં ઉજવાતો રણોત્સવ જગવિખ્યાત બન્યો છે તો ભૂજના પ્રાગ મહેલ, આઇના મહેલ જેવી ઐતિહાસિક ઇમારતો ભુજિયા ઉપર નું ૨૦૦૧ ના ભયાનક ધરતીકંપ માં અવસાન પામેલા લોકો ની યાદ માં બનાવેલું સ્મૃતિ વન અને વિજ્ઞાન મ્યુઝિયમ નિહાળવા રોજ પંદરસોથી બે હજાર જેટલા પર્યટકો આવે છે. આટલા પર્યટકો ભૂકંપ અગાઉ આવતા નહોતા. વેકેશનમાં હોટેલ માટે ચાર મહિના અગાઉ એડવાન્સ બૂકીંગથવામાંડ્યાછે.

કચ્છમાં આજે જે વિશાળ રસ્તા જોવા મળે છે એ ભૂકંપ અગાઉ નહોતા. ગામડાઓનું શહેરો સાથેનું અનુસંધાન વધ્યું છે. જેને લીધે ધંધા-રોજગાર ઉપરાંત સુખાકારી વધી છે. કચ્છના પરંપરાગત હસ્તકલા ઉદ્યોગ સાથે અનેક સંસ્થાઓ જોડાઇ છે અને કારિગરો વધુ આવક રળતા થયા છે.

ફિનીક્સ પક્ષી રાખમાંથી બેઠું થાય છે એ એક કલ્પના છે, વાસ્તવિકતા નથી. ભૂકંપમાં જમીનદોસ્ત થયેલું કચ્છ ન માત્ર બેઠું થયું છે. બલકે આગળ વધી રહ્યું છે. આ કલ્પના નથી,વાસ્તવિકતાછે.

સંદર્ભ :વિકિપીડિયા , વિવિધ અખબારી અહેવાલો અને વિવિધ લેખકો ના બ્લોગ અને લેખ આધારિત માહિતી

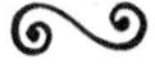

8

શિક્ષણ માં માતૃભાષા નું મહત્વ

મિત્રો આજે દેશ વિદેશ એક પણ ખૂણો ખાલી નથી જ્યાં ગુજરાતી વસતો ના હોય , આજે દેશ ના વડાપ્રધાન અને ગૃહપ્રધાન પણ ગુજરાતી છે દેશ ના ટોપ ઉદ્યોગપતિઓ પણ ગુજરાતી છે . મિત્રો એક ઐતિહાસિક વાત કરું તોઉમાશંકર જોશીએ જેને 'ગાંધીગિરા'કહી, પૂજ્ય મહાત્મા ગાંધીજીએ જેને 'દૂધભાષા 'કહી છે.જે ભાષાએ આપણામાં સંસ્કારસિંચન કર્યું તેમજ સંસ્કૃતિ આપી એ ગુજરાતી ભાષા આપણી અભિવ્યક્તિ નું માધ્યમ છે. માતૃભાષામાં બોલેલ વાક્ય-હૃદયને સ્પર્શી જાય છે? જે ભાષામાં વિચારવાનું, લાગણીઓ અનુભવવાનું, તેમજ લાગણીઓ અને વિચારો પ્રદર્શિત કરવાનું,

મારી માતૃભાષામાં હું મારા વિચારો અને મારી જાત ને વધુ સારી રીતે સ્પષ્ટ કરી શકું છું.આ ભાવ આંખ અને, દિલ જે અનુભવે છે ત્યારે તેની અસર ચિરકાળ રહે છે. કોઈપણ વ્યક્તિને ગમે તેટલી ભાષા નું જ્ઞાન હોય પણ તેને વિચારો કે સપના તો તેને પોતાની માતૃભાષામાં જ આવતા હોય છે.ભલે પછીથી તેના વિચારો તે ગમે તે ભાષાઓમાં રજુ કરે .પૂ.ફાધર વાલેસ ઘણા વર્ષોથી કહે છે "ભાષા જશે તો સંસ્કૃતિ જશે".માતૃભાષા થી દૂર જવું કે ભુલી જવી એટલે આપણાપણું અને આપણા વિચારોથી દૂર જવું, માતૃભાષા જમીન પર

સ્થિર ઉભા રહેવાનો આત્મવિશ્વાસ શીખવે છે.મા,માતૃભાષા અને માતૃભૂમિનો અન્ય કોઇ વિકલ્પ નથી! ટુકમાં માતૃભાષામાં માનવજીવનના તમામ પાસાનો સમન્વય છે. વિચાર, લાગણી અને અભિવ્યક્તિ.ઇંગ્લીશને ભાંડવાથી આપણી ભાષા જીવી નહીં જાય"છતે મા,પારકી મા સારી લાગે ખરી ?",યુનેસ્કોના જણાવ્યા મુજબ દર બે અઠવાડિયે એક ભાષા અદ્રશ્ય થતી જોવા મળે છે. ફેબ્રુઆરી ૨૦૦૦થી ૨૧મી ફેબ્રુઆરીએ માતૃભાષા દિવસ મનાવવામાં આવે છે.

આંતરરાષ્ટ્રીય માતૃભાષા દિવસને ઉજવવા માટેનો ઉદેશ્ય એ જ છે કે, ભાષા અને સંસ્કૃતિની વિવિધતાને સન્માન મળે તથા બહુભાષાવાદને પ્રોત્સાહન મળે, દુનિયામાં ૭૦૦૦થી વધુ ભાષા બોલાય છે. જેમાની અંદાજે અદધી જેટલી ભાષાઓ અદ્રશ્ય થવાને આરે છે. જે પૈકી 90 ટકા ભાષાઓને બોલનારની સંખ્યા 1 લાખથી ઓછી છે. લગભગ 150 થી 200 ભાષાઓ એવી છે કે જેને 10 લાખથી વધુ લોકો બોલે છે. વિશ્વમાં સૌથી વધુ બોલાતી ભાષામાં જાપાની, અંગ્રેજી, રુશી, બંગાલી, પુર્તગાલી, અરબી પંજાબી મેંડારિન, હિન્દી અને સ્પેનિશ છે. ભારતમાં વર્ષ 1961ની વસ્તી ગણતરી પ્રમાણે 1652 ભાષાઓ બોલાય છે.

હાલમાં ભારતમાં 1365 માતૃભાષા છે. જેનો પ્રાદેશિક આધાર અલગ અલગ છે. પીપલ્સ લૈંગ્વિસ્ટિક સર્વે ઓફ ઇન્ડિયા (પી.એલ.એસ.આઈ.) 2010માં 780 ભારતીય ભાષાઓ ગણાવી હતી. 40% ભારતીયો દ્વારા બોલાતી ભારતની સૌથી વધુ વપરાતી ભાષા હિન્દી છે આ પછી બંગાળી (8.0%), તેલુગુ (7.1%), મરાઠી (6.9%), અને તમિલ (5.9%) ગુજરાતી બોલતા લોકો ની ટકાવારી ૪ .૭૭ ટકા છે. જ્યારે રાજ્ય સંચાલિત ઓલ ઇન્ડિયા રેડિયો (AIR) 120 ભાષાઓમાં પ્રોગ્રામ્સનું પ્રસારણ કરે છે. ભારતની સંસદમાં માત્ર 4% ભાષાઓનું પ્રતિનિધિત્વ કરવામાં આવે છે.

દુનિયાની વિવિધ સંસ્કૃતિ ધરાવતા લોકો વચ્ચે સંવાદન અને સંપર્ક સાધવા તેમજ એકબીજાને સમજવા માટે દરેક સમાજની મુર્ત અને અમૃત ધરોહરને જીવંત રાખવા માટેનું સાધન જો કોઇ છે તો તે માતૃભાષા છે, બાળકને માતા તરફથી મળેલી ભાષા, પરિવારમાં બોલાતી ભાષા એટલે માતૃભાષા.જે ભાષામાં વિચારવાનું, લાગણીઓ

અનુભવવાનું, તેમજ લાગણીઓ અને વિચારો પ્રદર્શિત કરવાનું બાળક શીખ્યું તે ભાષા એટલે માતૃભાષા.

આવી જ આપણી ભાષા એટલે ગુજરાતી ભાષા. ગુજરાતની ધરતી પર અનેક સંતો-મહંતો કથાકારો સાહિત્યકારો જેમકે નરસિંહ મહેતા, મીરાંબાઈ, દયારામ, પ્રેમાનંદ, અખો, ગંગાસતી, પાનબાઇ, ઉમાશંકર જોષી, સુંદરમ, હરીન્દ્ર દવે, વેણીભાઈ પુરોહિત, લાભશંકર ઠાકર વગેરે અવતર્યા જેમણે ગુજરાતની ભાષાના વિકાસ અને વિસ્તારમાં મહત્વની ભૂમિકા ભજવી છે એટલુંજ નહીં પરંતુ ગુજરાતી ભાષાને તેમણે વધુ સમૃદ્ધ બનાવી છે. ગુજરાતી ભાષાના વિકાસને ત્રણ તબક્કામાં વેંચવામાં આવી છે. પ્રથમ ૧૦ થી ૧૪ની સદી વચ્ચેની ભાષા જુની ગુજરાતી, દ્વિતીય ૧૪ થી ૧૭મી સદી મધ્યકાલીન ગુજરાતી, અને તૃતીય ૧૭મી સદીથી આજસુધીનો ગુજરાતી ભાષાનો સમય માનવામાં આવે છે.

પાલનપુર થી પોરબંદર, અમદાવાદ થી અમરેલી, દાહોદ થી ડાંગ, શામળાજી થી સુરત, ભુજ થી ભરૂચ દરેક જગ્યાએ અલગ અલગ ગુજરાતી બોલાય છે. દરેક ગુજરાતી બોલી ની પોતાની એક આગવી ઓળખ છે અને તેથી જ તેની અલગ એક લીજ્જત છે. જે તે પ્રદેશના લોકગીત અને લોકસાહિત્યનું ભાષાના વિકાસમાં આગવું પ્રદાન છે. જ્યાં જ્યાં વસે ગુજરાતી ત્યાં સદાકાળ ગુજરાત. આ અવિસ્મરણીય સુત્ર આપીને આપણી માતૃભાષાના રખેવાળોએ સુંદર કાર્ય કર્યું છે.

કહેવાય છે કે, જ્યાં ન પહોંચે રવિ ત્યાં પહોંચે કવિ..પરંતુ, જ્યાં ન પહોંચે કવિ, ત્યાં પહોંચે ગુજરાતી.અનેલગભગ તમામ દેશોમાં ગુજરાતી પરિવારો વસે છે. આપણા માટે ગર્વની વાત એ છે કે, માત્ર પૃથ્વી પર જ નહીં પરંતુ, અંતરિક્ષમાં પણ ગુજરાતી મૂળનાં લોકો પહોંચી ગયા છે. આપણાં ગુજરાતી કવિ એ પોતાની સુંદર કાવ્ય રચનામાં ઉલ્લેખ કર્યો છે કે, જ્યાં જ્યાં વસે એક ગુજરાતી, ત્યાં ત્યાં સદાકાળ ગુજરાત..જ્યાં જ્યાં બોલાતી ગુજરાતી, ત્યાં ત્યાં ગુર્જરીની મહોલાત..!! હા મિત્રો તો ચાલો આજના આ શુભ દિને આપણે માતૃભાષાની વંદના કરીએ અને તેને વહાલ કરીએ અને પોતા ના બાળકો ભલે અંગ્રજી માધ્યમ માં ભણતા હોય પણ ઘરે તો માતૃ ભાષા માં જ વાત કરો અને કરાવો તેવી એક ગુજરાતી ભાષા ના ચાહક ની

અપીલ છે , જય જય ગરવી ગુજરાત અને ગુજરાતી ,,,
સંદર્ભ :વિવિધ અખબારી અહેવાલો , બ્લોગ વિવિધ ગુજરાતીલેખકો ના અને વિકીપીડીયા

૧
સત્યેન્દ્રનાથ બોઝ નોબલ પારિતોષિકના હકકદાર હતા

સત્યેન્દ્રનાથ બોઝ વિજ્ઞાનને સામાન્ય માણસ પણ સમજી શકે તેવી સરળ ભાષામાં લખવામાં માનતા હતા.તેઓ ૧૯૫૨ થી ૧૯૫૮ સુધી સંસદના ઉપલાગૃહ રાજયસભાના સાંસદ રહયા હતા. ૧૯૫૮માં ભારત સરકારે તેમને વિજ્ઞાનમાં આપેલા પ્રદાન બદલ પધ્મવિભૂષણથી સન્માનિત કર્યા હતા. ગોડ પાર્ટિકલમાં બોઝોન નામધારી ભારતીય વૈજ્ઞાનિકનું ૧૨૫ મું જન્મ વર્ષ ચાલે છે ત્યારે તેમને ખાસ યાદ કર્યા છે. બોઝે તેમની વિજ્ઞાન કારકિર્દીમાં ૨૫ થી વધુ સંશોધન પેપરો લખ્યા હતા.ગોડ પાર્ટિકલમાં બોઝોન બનીને અમર થઇ ગયેલા આ વૈજ્ઞાનિક નોબલ પારિતોષિકના પણ હક્કદાર હતા.તેઓ સંગીતમાં પણ ઉંડુ જ્ઞાન ધરાવતા હતા.તેઓ યશરાજ અને વાંસળીપણસરસવગાડતાહતા.૨૦વર્ષે લગ્ન થયા પરંતુ દહેજ લેવાની ના પાડી હતી

એ જમાનામાં ૨૦ વર્ષની નાની ઉંમરે લગ્ન થવાએ સહજ હતા.

સત્યેન્દ્રનાથ લગ્ન માટે તૈયાર ન હતા પરંતુ માતા અબોદિનીની વાત નહી માનવાની તેમનામાં હિંમત ન હતી.છેવટે કલકત્તાના ખ્યાતનામ ડોકટર જોગીન્દરનાથ ઘોષની દિકરી ઉષાબાતી સાથે લગ્ન થયા હતા. બોઝ જયારે એમ,એસસીની ડિગ્રી મેળવી ત્યારે તેઓ એક બાળકના પિતા પણ હતા. બોઝે લગ્નમાં આપવામાં આવતું દહેજ કે મદદ નહી સ્વીકારવાની શરત કરી હતી.આથી પોતાના સસરા પાસેથી કોઇ આર્થિક મદદ મેળવ્યા વિના પરીવારની જવાબદારી ઉપાડવાનું જાતે ન નકકી કર્યુ હતું.

આઝાદીની ચળવળના જમાનામાં વિજ્ઞાનક્ષેત્રમાં રહી દેશની સેવા કરી એ સમયે સ્વદેશી ચળવળ અને અંગ્રેજોના કાયદાનો વિરોધ કરવા માટેની રાજકિય પ્રવૃતિઓનું કેન્દ્ર બંગાળ હતું. અનેક યુવાનો પોતાની કારકિર્દી અને અભ્યાસ છોડીને ચળવળમાં કૂદી પડયા હતા. જયારે સત્યેન્દ્રનાથ બોઝે વિજ્ઞાનક્ષેત્રમાં રહીને જ દેશની સેવા કરવાનું નકકી કર્યુ હતું.

વૈજ્ઞાનિક જગદિશચંદ્રબોઝ અને પ્રફૂલ્લચંદ્ર રોય ઉપરાંત ભારતના ગણિતશાસ્ત્રી રામાનુજને કેમ્બ્રિજ યુનિવર્સિટીના પ્રોફેસર જી.એચ હાડી સાથે સંશોધનપત્ર લખીને નામના મેળવેલી વગેરે ઉદાહરણોએ બોઝને વિજ્ઞાન ક્ષેત્રમાં રહેવાનીપ્રેરણાઆપીહતી. ગણિતની એકઝામમાં ૧૦૦ માંથી ૧૧૦ માર્કસ મેળવ્યા હતા.રેલવેખાતામાં નોકરી કરતા પિતા સુરેન્દ્રનાથની નોકરીનું સ્થળ બદલાતું તેમ સત્યેન્દ્રનાથની સ્કૂલ પણ બદલાતી હતી. તેમ છતાં તેમના અભ્યાસ પર કોઇ જ વિપરીત અસર થતી ન હતી.

કલકત્તાની હિંદુ સ્કૂલમાં તેઓ અભ્યાસ કરતા હતા ત્યારે ગણિતનો દાખલો માર્કસ મળે તે રીતથી ગણ્યો આ ઉપરાંત પોતાની આગવી મૌલિકસૂઝથી ગણતરી કરીને પણ દાખલો ગણ્યો હતો. ગણિત શિક્ષક ઉપેન્દ્ર બક્ષીએ પેપર તપાસ્યું ત્યારે પ્રભાવિત થઇને ૧૦૦ માર્કસમાંથી ૧૧૦ માર્કસ આપ્યા હતા. આમ ગણિત અને વિજ્ઞાન વિષયમાં નાનપણથી જ જીનિયસ હતા.

૨૦૧૨ માં સ્વિત્ઝર્લેન્ડ અને ફ્રાંસની બોર્ડર પર લાર્જ હાઇડ્રોન કોલોરાઇડર નામનું મહાકાય મશીન ચાલું કરીને બ્રહ્માંડની ઉત્પતિ કેવી રીતે થઇ તેને સમજવા માટે એક પ્રયોગ કરવામાં આવ્યો હતો.

એ પહેલા સમગ્ર વિશ્વમાં એવી અફવા ફેલાઇ હતી કે આ વિકરાળ મશીન ચાલું થશે તેની સાથે જ પૃથ્વીનો નાશ થશે.વિશ્વના ૨ હજારથી પણ વધુ વૈજ્ઞાનિકોએ આ પ્રયોગમાં ભાગ લીધો હતો.વૈજ્ઞાનિકોએ પદાર્થના બંધારણનો અભ્યાસ કરતા મૂળભૂત કણને પાંમવા માટે સતત પ્રયત્નશીલ રહ્યા હતા. તેના અનુસંધાને જે મૂળભૂત કણ ઓળખાયો તે ગોડ પાર્ટિકલને બે મહાન વૈજ્ઞાનિકોની સંયુક્ત સ્મૃતિમાં હિંગ્સ બોઝોન કણ એવું નામ આપવામાં આવ્યું હતું.જેમાં હિગ્સ નામ ૪૦ વર્ષથી આ ક્ષેત્રમાં સંશોધન કરનારા બ્રિટીશ ફિઝિસિસ્ટ પીટર હિગ્સ અને બોઝોન નામ ભારતના ભૌતિક વિજ્ઞાની સત્યેન્દ્રનાથ બોઝ પરથી હતું. નવાઇની વાત તો એ હતી કે બોઝના નામથી સરેરાશ ભારતીયો અજાણ હતા. આધુનિક ભારતના વિજ્ઞાનની પ્રથમ પેઢીમાંના જગદિશચંદ્ર બોઝ અને સીવી રામનને પાઠય પુસ્તકોમાં સ્થાન મળ્યું પરંતુ બોઝ ઉપેક્ષિત રહી ગયા હતા.

૧ જાન્યુઆરી ૧૮૯૪ના રોજ કલકત્તામાં જન્મેલા અને ગોડ પાર્ટિકલ સાથે સંકળાયેલા આ મહાન વૈજ્ઞાનિક ના જન્મનું ૧૨૫મું વર્ષ શરુ થયું છે. ઇસ ૧૯૨૧માં બોઝ ઢાકા યુનિવર્સિટીમાં ૨૭ વર્ષની ઉંમરે રીડર બન્યા ત્યારે તેમણે કવાન્ટમ ફિઝિકસનો પાયો નાખનારા મેકસ પ્લાન્કના એક સૂત્રને જુદી રીતે મુલવતું રિસર્ચ પેપર લખ્યું હતું. તેમને પ્લાન્કના વિકિરણના નિયમો ભણાવતી વખતે જોયું કે તેના પરીણામો સંપૂર્ણ સાચા નથી. આ અંગેનું શોધપત્ર કલકત્તાની એક વિજ્ઞાન પત્રિકામાં પ્રકાશન અર્થે મોકલાવ્યું હતું. જો કે વિજ્ઞાન પત્રિકાએ શોધપત્ર સાભાર પરત આપ્યુ તેમ છતાં નિરાશ થયા વિના આઇન્ટાઇનને મોકલાવ્યું હતું.

આઇન્સ્ટાઇનને બોઝના રિસર્ચ પેપરમાં ખૂબ રસ પડયો અને પોતાની ટિપ્પણીઓ ટાંકીને અંગ્રેજીમાં અનૂવાદિત કરીને એક વિજ્ઞાનપત્રિકામાં પ્રકાશિત કરાવ્યું હતું જે બોઝ આઇનસ્ટાઇન સ્ટેટેટિકસના નામથી ઓળખાય છે. આ અંગે આઇન્સ્ટાઇને બોઝને વખાણ કરતો એક પત્ર પણ લખ્યો હતો ભૌતિક વિજ્ઞાનના ફિલ્ડમાં અનેક વૈજ્ઞાનિકોએ પોતાના શોધ સંશોધનો અને થિઅેરીઓ રજૂ કરી છે.જેમાં બ્રિટનના ફિઝિસિસ્ટ પીટર હિગ્સનું મોટું યોગદાન માનવામાં આવે છે. કોઇ પણ વસ્તુ પરમાણુંઓથી બનેલી હોય છે. જેમાં

ઇલેક્ટ્રોન, પ્રોટોન અને ન્યૂટ્રોનનો સમાવેશ થાય છે. જો કે એ પણ કવાક અને અન્ય ઉપ પરમાણુ પાર્ટિકલથી બનેલા છે. આથી બ્રહ્માંડનો સૌથી સૂક્ષ્મકણ કેવો આકાર ધરાવે છે તે અંગે વૈજ્ઞાનિકો લાંબા સમય સુધી દ્વિધામાં હતા. આકાર વગર કોઇ પાર્ટિકલ એક બીજાથી જોડાયેલા રહી શકે નહી.પીટર હિગ્સ અને તેમના સાથીદારોએ ૧૯૬૦ના દસકામાં એક સિધ્ધાંત પ્રસ્થાપિત કર્યો તે મુજબ નવો પાર્ટિકલ ચૂંબકિય ક્ષેત્ર તૈયાર કરીને અન્ય પાર્ટિકલને પોતાની તરફ ખેંચે છે. તેમના દ્વારા પરમાણુ પર કરવામાં આવેલા વિખંડિત પ્રયોગમાં આની સહેજ ઝલક પણ મળી હતી.

જો કે આઇન્સ્ટાઇનને વર્ષો પહેલા બોઝે મોકલેલું શોધપત્ર ગોડ પાર્ટિકલ શોધવાના પાયામાં હતું. આથી જ ગોડ પાર્ટિકલમાં હિંગ્સ સાથે બોઝોનનું નામ પણ જોડાયેલું છે.૧૯૨૫માં બર્લિનમાં આઇન્ટાઇન સાથે મુલાકાત કરી હતી સત્યેન્દ્રનાથ બોઝ વિધાર્થીઓને ભણાવવા ઉપરાંત યુરોપમાં ચાલતા વિજ્ઞાન સંશોધનો અંગે જાણવામાં પણ રસ ધરાવતા હતા.તેમને પ્રવાસનું આયોજન કર્યુ પરંતુ મંજુરી મળતી ન હતી. છેવટે તેમણે કુલપતિને આઇન્સ્ટાઇને પ્રશંસા કરી તે પત્ર બતાવતા વિદેશ પ્રવાસનો માર્ગ મોકળો થયો હતો.તેઓ યુરોપમાં બર્લિન ખાતે પોતાના ગુરુ આઇન્સ્ટાઇનને મળ્યા હતા.આઇન્સ્ટાઇન સાથે રહીને તેઓ શોધ સંશોધન કાર્ય કરવાની ઇચ્છા ધરાવતા હતા પરંતુ એ શકય બન્યું ન હતું.

૧૯૨૬માં તેઓ ઢાકા યુનિવર્સિટીમાં પાછા ફર્યા ત્યારે પ્રોફેસર બનવા માટે પીએચડી હોવું ફરજીયાત હતું.કોઇ મિત્રએ કહ્યું કે તમને તો આઇન્સ્ટાઇન પણ ઓળખે છે. આઇન્સ્ટાઇન પાસેથી પ્રશંસાપત્ર કે ભલામણપત્ર મળી જશે તો આમાં મદદ મળશે. આઇન્સ્ટાઇને માંગ્યા મુજબનો પત્ર પણ પાઠવ્યો પરંતુ નોકરી માણસના કામને નહી ડિગ્રીના આધારે મળે છે એ વાતની આઇનસ્ટાઇને ભારે નવાઇ લાગી હતી. બંધ પ્રણાલી જ્યારે અચળ તાપમાને હોય ત્યારે તે જુદી જુદી આવૃત્તિઓની વિકિરણ ઊર્જાનું ઉત્સર્જન કરે છે. આ ઊર્જા માટે મેક્સ પ્લાંકે જે સૂત્ર આપ્યું હતું તે બોઝે પોતાની રીતે તારવ્યું અને લેખ તૈયાર કર્યો. બ્રિટિશ સામાયિકના તંત્રી ઑલિવર લૉજે આ લેખ અસ્વિકૃત કર્યો. આથી બોઝે આ લેખ આઇન્સ્ટાઇનને મોકલી આપ્યો.

આઇનસ્ટાઇને આ લેખને અમૂલ્ય અને સિમા-ચિહ્નરૂપ ગણાવ્યો હતો.

આ લેખમાં બોઝે કાળા પદાર્થ દ્વારા ઉત્સર્જિત થતા વિકિરણને ફોટોન વાયુ તરીકે ઓળખાવ્યું હતું. આ સંશોધન દ્વાર સાબિત થતું હતું કે ફોટોન એ કણ છે અને આ પ્રકારના સમાન કણો માટે અલગ સાંખ્ય-યાંત્રિકી લાગું પડે છે. બોઝ દ્વારા તૈયાર કરેલ આ સિદ્ધાંતનું આઇનસ્ટાઇને વિસ્તરણ કર્યું, જે પાછળથી બોઝ-આઈન્સ્ટાઈન આંકડાશાસ્ત્ર તરીકે ઓળખાયો બોઝના બોઝ-આઈન્સ્ટાઈન આંકડાશાસ્ત્ર અને એકીકૃત ક્ષેત્રસિદ્ધાંત વિષયે કરેલા પ્રદાન માટે કે. બેનરજી (૧૯૫૬), ડી. એસ. કોઠારી (૧૯૫૯), એસ. એસન. બાગ્ચી (૧૯૬૨) અને એ. કે. દત્તા (૧૯૬૨)માં ભૌતિક વિજ્ઞાનના નોબેલ પુરસ્કાર માટે નોમિનેટ કરવામાં આવેલા. એમનું કાર્ય નોબેલ સમિતિએ ચકાસેલું પણ પુરસ્કાર યોગ્ય ગણ્યું ન હતું.

૧૯૨૧માં ઢાકા યુનિવર્સિટીમાં ભૌતિક વિભાગમાં રીડર તરીકે જોડાયા હતા.એ સમયે કલકતામાં આશુતોષ મુખરજી ન્યાય અને વકિલાતના ક્ષેત્ર સાથે સંકળાયેલું જાણીતું નામ હતું. સાથે તેઓ ગણિત અને વિજ્ઞાનના પણ રસિયા હતા. આશુતોષ મુખરજીએ તારકનાથ પાલીત, રાસબિહારી ઘોષ જેવા બંગાળી વકિલોની સાથે મળીને યુનિવર્સિટી કોલેજ ઓફ સાયન્સની સ્થાપના કરી હતી. આશુતોષ કલકત્તા યુનિવર્સિટીના વાઇસ ચાન્સેલર હતા ત્યારે સત્યેન્દ્રનાથ બોઝ અને તેમના મિત્ર મેઘનાદ સહા મળવા ગયા હતા.આથી તેમને ૧૨૫ રુપિયાના માસિક પગારથી નોકરી મળી હતી.નોકરી ભલે મળી ગઇ હોય પરંતુ વિજ્ઞાનના શોધ અને સંશોધનને વળગી રહ્યા હતા. એ સમયે વિજ્ઞાન સાહિત્ય જર્મન અને ફ્રાંસ ભાષામાં વધારે મળતું આથી આ બંને ભાષા પણ શિખ્યા હતા. ૧૯૨૧માં ઢાકા યુનિવર્સિટીની સ્થાપના થતા ભૌતિક વિભાગમાં રીડર તરીકે જોડાયા હતા.

૧૦ જાન્યુઆરી ૧૯૭૪ના રોજ કલકત્તામાં આંતરરાષ્ટ્રીય વિજ્ઞાનીઓ મળ્યા અને સૌએ બોઝના ક્વૉન્ટમ સિદ્ધાંતની સુવર્ણજયંતી ઉજવીને તેમને મુબારકબાદી આપી. તે પછીના થોડાક જ દિવસ બાદ ૪ ફેબ્રુઆરી ૧૯૭૪ના રોજ તેમનુ અવસાન થયું હતું. સત્યેન્દ્રાથ બોઝ જેવા મહાન વૈજ્ઞાનિક ને વંદન ...

સંદર્ભ :વિવિધ અખબારી અહેવાલો , બ્લોગ વિવિધ લેખકો ના અને વિકીપીડીયા

10
અંગદ નો પગ

મિત્રો કચ્છ નો એક પણ સાહિત્ય નો વાચક અને જાણકારી રાખનાર શ્રી હરેશ ભાઈ ધોળકિયાથી પરિચિત હશે જ અને હવે તો ગુજરાત ના જાણીતા તમામ સાહિત્ય કારો માં તેમનું નામ આદરપૂર્વક લેવામાં આવે છે. તેમના વિશે વાત કરીએ તો સ્વભાવે અને વ્યવસાયે આજીવન શિક્ષક રહેલા મુ. વડીલ હરેશભાઇ ખરેખર એક મળવા લાયક અને જાણવા લાયક વ્યક્તિ છે, હરેશભાઇ મારા મામા છે પણ તે પહેલા મારા તો ગુરુ અને શિક્ષક છે , હું તેમના નીચે ભુજ ની જાણીતી શાળા વીરજી દેવસી હાઈસ્કૂલ માં ૮ થી ૧૦ ધોરણ ભણ્યો છું , તેઓ આચાર્યશ્રી હતા ને અમારું સમાજશાસ્ત્ર અને અંગ્રેજી લેતા હતા .તેમનું જીવન એક સાદું જીવન અને ઉચ્ચ વિચાર જેવું છે . હું તેમની પોતાની આત્મકથા કહી શકો અને શિક્ષણ જગત માં સૌથી વધુ વંચાયેલી તેમની નવલકથા અંગદ નો પગ ની વાત લઇ ને આવ્યો છું , આ પુસ્તક ની લગભગ ૧૩ આવૃતી અને ૧૫ હજાર નકલો બહાર પડી છે .... અહીં દરેક શિક્ષક ગણે આ નવલકથા ખાસ વાંચવી જોઈએ તેવું મારુ માનવું છે . હરેશભાઇ ના અત્યારસુધી ૧૮૦ જેટલા પુસ્તકો પ્રગટ થયા છે અને તેમની અંગદ નો પગ અને આપણા પ્રિય વિજ્ઞાનિક ડો .અબ્દુલ કલામ જી ની ગુજરાતી માં આત્મકથા અગનપંખ ખુબ જ જાણીતા અને સૌથી વધુવંચાયેલી અને વેચાયેલી આવૃત્તિવાળા પુસ્તકો છે . અંગદનોપગ એટલે શિક્ષણજગતમાં આદર્શ શિક્ષક અને

બીજા વ્યાવસાયિક બનેલા શિક્ષક ની વાત છે.ડાવીનવાદ પ્રમાણે જે શક્તિશાળી લોકો છે તે હંમેશા નબળા લોકો ને હાવી થઈ જાય છે તેમાં આજના શિક્ષણ જગત માં જે જાકજમાળ દેખાડે છે તેવા શિક્ષકો આગળ છે અને ઉચ્ચ પ્રતિભા શાળી શીક્ષકો ગુમ છે આ નવલકથા લખનાર પોતેજ શિક્ષક છે એટલે તેને જે તકલીફ પડી તેની તમામ વાતો પોતાના અલગ અંદાજ અને લહેકામાં હરેશભાઇએ સમજાવી છે જે આ નવલકથાને એક વાંચવા લાયક અને જાણવા લાયક બનાવે છે. શૈક્ષણિક સંસ્થાઓમાં સેવા આપતા ગંદા અને ખંધા શિક્ષકોની કથા છે અંગદનો પગ. આ નવલકથા માં એક વાત ખાસ કરવામાં આવી છે જેમકે આજે વિશ્વમાં બે પ્રકારના લોકો જોવા મળે છે જેમકે પ્રતિભાવાન અને સામાન્ય..પ્રતિભાવાન લોકો આ વિશ્વને ગતિ આપણે જ્યારે સામાન્ય લોકો વિશ્વનો મોટાભાગનો કબજો પોતા પાસે રાખવાનો નિર્થક પ્રયત્ન કરતા રહે છે અને આવા પ્રતિભાવાન લોકો ને ડગલે ને પગલે હેરાન કરતા રહે છે . તેઓ હંમેશા પ્રતિભાવાન ઓને બાહ્ય રીતે હેરાન કરી શકે છે પણ ક્યારેય આંતરિક રીતે ખલેલ પહોંચાડી શકતા નથી. પ્રતિભાવાન લોકો એટલે લેખકે 'રામાયણ'ના 'અંગદ'ના પગ જેવાસાથે સરખાવ્યા છે તેઓ અચળ અને સ્થિર રહે છે કોઈ પણ સમય અને સંજોગો માં .તેને સામાન્યો કદી ડગાવી શકે નહિ . આવા અગનના પગ અને અને સામાન્ય પગ વાળા વ્યક્તિના સંઘર્ષની કથા ઉપરથી શ્રી હરેશ ધોળકિયાની નવલકથાઅંગદ નો પગ રચાઈ છે જે ખરેખર એક વાર માણવા લાયક છે . અહીં લેખક પોતે પણ એક ૨૫ વર્ષી સુધી શિક્ષક રહ્યા છે જેમાં તેમને જે અનુભવો થયા અને કામચોર અને કર્મવીર શિક્ષક નો જંગ કેવી રીતે થાય છે તેને બહુ સહજતાથી અને બહુ કુશળતાથી બખૂબી રીતે વર્ણન કર્યું છે . પોતાની પ્રસ્તાવના માં લેખક જણાવે છે કે નવલકથા નું નામ શું રાખવું તે સમજાતું નહતું ત્યારે તેમને રામાયણ નો એક પ્રસંગ યાદ આવ્યો જેમાં 'રામાયણ'માં યુદ્ધ પહેલાં સમાધાનના છેલ્લા પ્રયાસ તરીકે રામ અંગદને રાવણના દરબારમાં મોકલે છે. રાવણ તેની હાંસી કરે છે કે વાનરની મદદથી વળી યુદ્ધ જિતાય? ત્યારે અંગદ રાવણને દરબાર વચ્ચે કહે છે કે પોતે પગ ખોડીને ઊભો રહેશે. જો રાવણ કે કોઈ દરબારી પણ તે પગ ઈંચભર પણ ખસેડી દે તો રાવણ જિતશે. બધા હસી પડે

છે. પણ પછી અંગદના પગને રાવણ સહિત કોઈ જ દરબારી ખસેવી શકતા નથી. અંગદ હસીને કહે છે કે પોતે તો સેનામાં સૌથી તુચ્છ વાનર છે. સેનામાં ખૂબ શક્તિશાળી વાનરો છે, મારો આ નાનો પગ ન ખસેડી શકાયો તો રામને તમે કેમ જિતશો ? આ જ અર્થે એટલેકે બિન પ્રતિભાવાન લોકો ક્યારેપણ પ્રતિભાવાન લોકો ને ગમે એટલી ખરાબ પરિસ્થિતિમાં અંગદ ના પગ ની જેમ હલાવી કે હટાવી સકતા નથી એટલે કે તેઓ ગમે તેટલા તેના ધીરજ ની પરીક્ષા કરે પણ અંગદનો પગ હટતો નથી એકદમ સ્થિર અને અડીખમ ઉભો રહે છે . આ પુસ્તક અંગે હીનાબેન પારેખ "મનમોજી" લખે છે કે પ્રતિભાશાળીઓ અંગદના પગ જેવા છે. સામાન્યો તેને હટાવવા, હરાવવા, હેરાન કરવા ખૂબ જ પ્રયાસો કરે છે. બાહ્ય રીતે કદાચ સફળ પણ થાય છે. સત્તા વગેરેથી દૂર રાખે છે. હોય તો ખસેડે છે અથવા હેરાન કરીને કામ કરવા દેતા નથી. બધા જ પ્રયાસો કરે છે અને સામાન્ય રીતે દેખાય પણ છે કે પ્રતિભાશાળીઓને 'નુકસાન' પહોંચે છે પણ પ્રતિભાશાળીની પ્રતિભામાં આનાથી અંશ માત્ર પણ ફર્ક પડતો નથી. પળભર પણ તે નથી ઘટતી. બાહ્ય હલચલ તેમને જરાપણ વિચલિત નથી કરી શકતી. ગરીબી કે અપમાન તેને જરા પણ મૂંઝવી નથી શકતા. કારણ કે તેઓ આંતરિક રીતે સ્થિર છે. તેમની પ્રતિભા સ્વયંભૂ છે. સ્વયં આધારિત છે. સ્વ સંચાલિત છે. તે પરાવલંબી નથી. બાહ્ય બનાવો તેને કદી પણ અસર કરતા નથી. તેની મસ્તી જ એવી છે જે તેમને સતત કૃતકૃત્ય રાખે છે. સામાન્યો તેમને પદ પરથી ખસેડી કે હેરાન કરી રાજી થાય છે. પણ પેલાઓ તો સ્થિર જ રહે છે. અંગદના પગની જેમ તેમની પ્રતિભા અડગ જ રહે છે. હરેશભાઇએ એવા જ એક પ્રતિભાશાળી શિક્ષક બતાવવાનો પ્રયાસ કર્યો છે. અને આ પાત્ર કાલ્પનિક છે તે તેમ ન માનવું. કારણકે આ નવલકથા સાચા બનાવો જે લેખક જોડે ઘટ્યા છે તેનો સાર અને હાર્દસમજાવે છે એટલે આ નવલકથા કાલ્પનિક નથી. દરેક પ્રસંગ લેખકે જાતે બનતા જોયા છે અનુભવ્યા છે અને આવા અનેક એક પાત્ર 'જ્યોતિન્દ્રો' ને રુબરુ જોયા પણ છેઅને તેની હેરાનગતિ પણ માણી છે . આ નવલ કથા એક સચોટ હેતુ માટે લખાઈ છે. તેછે નવલકથાનું રૂપ બાકી માત્ર પ્રતિભાવાન નું મહત્વ દર્શાવવા જ આ નવલકથા લખાઈ છે. 'આવા' જ લોકો આપણા સમાજને ચલાવે

છે, જો આપણો સમાજ થોડો પણ પછાત રહે તો તેનું કારણ આ પ્રતિભાવાન લોકો ની અવગણના થાય છે અને સામાન્યો,અવિવેકી , અને વાહિયાત લોકો ની અર્થહીન પ્રશંસા થયા જ કરવાની છે જે એક આજના કળયુગ ની ભયંકર માનસિકતા છે . જેનો આ નવલકથા માં ખુબ જ સચોટ અર્થ નીકળે છે જે એક સાચી જમા બાજુ છે . શૈક્ષણિક સંસ્થાઓમાં ગંદા અને ખંધા શિક્ષકો દ્વારા જે રાજકારણ ખેલાય છે તેનો તાદ્રશ્ય ચિતાર શ્રી હરેશ ધોળકિયાએ કિરણ દવેનું પાત્ર સજીને રજૂ કરી છે. વિદ્યાર્થીઓમાં સસ્તી લોકપ્રિયતા મેળવવા શ્રી દવે કેટલી હદે નીચે ઊતરી જાય છે, ટ્યૂશનિયો શિક્ષક પોતાને ત્યાં ટ્યૂશને આવતાં વિદ્યાર્થીઓને હાથમાં લઈ આદર્શ શિક્ષક જ્યોતીન્દ્રને ક્યાં અને કેવી રીતે હેરાન પરેશાન કરે છે તે બધી વાતો ખૂબીપૂર્વક નવલકથાને આગળ વધારે છે. શ્રી હરેશભાઈ ધોળકિયાએ આ પુસ્તક વાચકોને મનોરંજન આપવાના હેતુથી લખ્યું નથી. એમણે આદર્શ શિક્ષક જ્યોતીન્દ્ર શાહના પાત્ર દ્વારા જે સંદેશો પાઠવવાનો હતો તે વાચકોને પાઠવી દીધો છે. નવલકથામાં એક તરફ કથાનો નાયક આદર્શ શિક્ષકના સ્વરૂપમાં જ્યોતીન્દ્ર શાહ છે તો ખલનાયક તરીકે ટ્યૂશનિયો ખટપટિયો શિક્ષકના સ્વરૂપમાં કિરણ દવે છે. આ દવે કિશોર અને અન્ય વિદ્યાર્થીઓને હથિયાર બનાવીને જ્યોતીન્દ્ર શાહને કઈ રીતે હેરાન કરે છે, સંચાલક મંડળના પ્રમુખની ચાપલૂસી કરી કરીને કેવી રીતે આચાર્ય બની બેસે છે તેની સમજવા યોગ્ય વાતો લેખકે નવલકથામાં ગૂંથી છે, જે એક વાચક ને ખુબ જહતભ્રત કરી નાખે છે. હરેશભાઇએ આ નવલકથા માં શાળા ના પ્રવાસ નું વર્ણન ખુબજ બારીકાઈથી કર્યું છે જેમાં તેઓ એક પ્રસંગ માં જણાવે છે કે , શાળામાં દર વર્ષે એક દિવસનો પ્રવાસ ગોઠવાતો. કિરણ દવેએ ખટપટ કરી વિદ્યાર્થીઓને ઉશ્કેરી લાંબા પ્રવાસનું આયોજન કર્યું. ખટપટિયા અને કામચોર શિક્ષકોને દસ-પંદર દિવસના લાંબા શૈક્ષણિક પ્રવાસોમાં ઊંડો રસ હોય છે. કાં ? કારણ માટે આ નવલકથા વાંચજો મજા આવશે .શ્રી જ્યોતીન્દ્ર શાહ શિસ્તમાં માને-કડક શિસ્તના આગ્રહી. દવેનું કામ તોફાની વિદ્યાર્થીઓને મમરો મૂકી આપી તોફાનો કરવા ઉશ્કેરવાનું. વિદ્યાર્થીઓને હાથો બનાવી પોતાની નિષ્ક્રિયતા, મંદબુદ્ધિપણું અને કામચોરીના દુર્ગુણોને ઢાંકવાની નાકામ કોશિશ કરતા આવા 'દવેઓ'

પ્રત્યેક સંસ્થામાં ફેલાયેલા છે. ડી. એન. મિશ્રા હાઈસ્કુલ શહેરમાં શ્રેષ્ઠ ગણાતી. દવેએ ધીમે ધીમે એને ઉંદરની જેમ ખોતરવા માંડી. જે શાળાના શિક્ષકો કદી સંઘના સભ્યો નહોતા બનતા એમને દબાણ કરી શિક્ષક સંઘના સભ્ય બનાવ્યા. શિક્ષક સંઘની ચૂંટણીમાં પ્રમુખ બનવા ઈચ્છતા ખટપટિયા નેતાઓની લાક્ષણિકતાને લેખકે કઈ રીતે વ્યક્ત કરી છે તે જુઓ: "તેમની મુદત પૂરી થતી હતી. તેમને ફરી ચૂંટાવું હતું. લગભગ દસ વર્ષથી તેઓ અણનમ ચૂંટાતા હતા પણ ગયા વર્ષે તેમની સામે છૂપો અસંતોષ પ્રગટ્યો હતો. નવાને તક આપવી જોઈએ એવું ઘણા સભ્યો વિચારતા હતા. તેમને આ સમાચાર મળી ગયા હતા. તેથી અકળાતા અને મૂંઝાતા હતા. પ્રમુખપદ તેમને ફાવી ગયું હતું. તેને બહાને શાળામાંથી ભણાવવાની મુક્તિ મળતી હતી. શિક્ષકો પર કાબૂ અને પ્રભાવ રહેતાં હતા. શિક્ષણાધિકારીઓ સાથે મીઠા સંબંધો રહેતા હતા. નિમણૂંકો વખતે પ્રસાદ મળતો હતો. આ બધું ગુમાવવાનું પોષાય તેમ ન હતું." આ એક નાનો પ્રસંગ શિક્ષક ના તંત્ર માં કેવી ઉધઈ થઇ ગઈ છે તે દર્શાવે છે .. ખટપટિયો કિરણ દવે જ્યારે જ્યોતીન્દ્રની પ્રતિભાથી અકળાયો ગભરાયો અને સતત પરાજિત થયો ત્યારે તેણે જ્યોતીન્દ્રને સકંજામાં લેવા ટ્રસ્ટીઓ સુધી વાત પહોંચાડી અને જ્યોતીન્દ્ર વર્ગમાં સાધુ સંતોની નિંદા કરે છે ટીકા કરે છે. એમના પતનના કારણો ચર્ચે છે! ટ્રસ્ટી મંડળે જ્યોતીન્દ્રને આરોપી ઠરાવી પોતાની સભામાં ખુલાસો કરવા બોલાવ્યો. પ્રતિભાશાળી શિક્ષકે કહ્યું: "હા, મેં પતનના કારણો ચર્ચ્યા છે પરંતુ એ મારા શબ્દો નથી. ઈતિહાસના પાઠ્યપુસ્તકમાં લખાયેલું છે. હા, બૌદ્ધ ધર્મના પતનના કારણો તેમાં ચર્ચ્યા છે! પાઠ્યપુસ્તકમાં જોઈ લો. પાન નંબર પચીસ." પ્રકરણ થયું પુરું. બીજા દિવસે જ્યોતીન્દ્રએ દવેને સીધું જ સંભળાવી દીધું, 'દવે લોકપ્રિય થવા માટે તારી લીટી મોટી કર. બીજી લીટીને નાની કરવા પ્રયત્ન ન કરે તો સારું. તેનાથી કદી પ્રગતિ થઈ શકતી નથી. લીટી નાની પણ કરી શકાતી નથી. દોસ્ત લડાઈ કરવી છે ને તો બુદ્ધિથી લડ, મજા પડશે'. પછી આગળ બોલ્યો, 'પણ તે તારા હાથમાં નથી ખેર! હવે આવું બીજા પર ન કરતો. મને તું ટ્યૂશન કરે છે તેનો કોઈ વાંધો નથી. વિદ્યાથીઓને તારા પ્રભાવમાં લાવવા માંગે છે તે પણ જાણું છું.. લે ને ભાઈ! આમ પણ વ્યર્થ ચિંતા કરે છે. મોટાભાગના તને

જ વશ થશે. સમાન સમાનને આકર્ષે. કોઈ કિશોર જેવા જ છટકશે. બરાબર?' અહા! કેવી અદ્ભુત વાત ને કેટલી સહજતાથી લેખકે કરી છે અને પોતાની નબળાઈ ને કેવી રીતે બળુકી બનાવી છે તે વાંચવાની દરેક શિક્ષકે વાંચવાની જરૂર છે . રેશભાઈની આ નવલકથા માં પ્રતિભાશાળી શિક્ષક તરીકે શ્રી જ્યોતીન્દ્ર શાહનું પાત્ર સમગ્ર નવલકથાને અનોખી ઊંચાઈ બક્ષે છે. નિષ્ફળ, હતાશ, નિરાશ ખલનાયક શ્રી કિરણ દવે ઉર્ફે ખટપટિયો શિક્ષક આત્મહત્યા કરતા પૂર્વે લખેલી પોતાની આત્મકથામાં નોંધે છે: 'અને, હું તો હતો જ્યોતીન્દ્રના તત્વજ્ઞાન પ્રમાણે બીજી કક્ષાની વ્યક્તિ. જોકે તે કદી જાહેરમાં ન કહેતો. તેને ઉતારી પાડવાની ટેવ જ ન હતી. પણ પ્રાર્થના સભામાં વિદ્યાર્થીઓને આ વિશે હંમેશા કહેતો કે વિશ્વમાં બે પ્રકારના લોકો છે. પ્રથમ કક્ષાના અને દ્વિતિય કક્ષાના માનવીના ઉષ:કાળથી આ વિશ્વનો વિકાસ હંમેશા આ ફર્સ્ટ રેટર્સ દ્વારા થયો છે. ગુફાથી અણુયુગની પ્રગતિ કોઈ અનામી ઋષિથી આઈન્સ્ટાઈનને આભારી છે. પણ તે કહેતો કરુણતા એ રહી છે કે વિશ્વનું નિયંત્રણ, રાજસત્તા, ધનસત્તા માત્ર હંમેશા બીજી કક્ષાના લોકો પાસે રહી છે. પ્રથમ કક્ષાના લોકો પોતાનાં કાર્યોમાં એવા મસ્ત હોય છે કે તેમને આવી સત્તા પ્રાપ્તિ કે ધનપ્રાપ્તિમાં રસ જ નથી હોતો અને બીજી કક્ષાના લોકો સર્જનાત્મક ન હોવાથી માત્ર આવી જ બાબતોમાં રસ ધરાવે છે. તેઓ હંમેશા પ્રથમ કક્ષાના લોકોની સિદ્ધિઓને પોતાના સ્વાર્થ માટે ઉપયોગ કરે છે. પ્રથમ કક્ષાના લોકો આ જુએ છે. તેમને તે નથી ગમતું પણ સત્તા પ્રાપ્તિ તેમની વૃત્તિ ન હોવાથી ચૂપચાપ જુએ છે અને આ બીજી કક્ષાના લોકો તેમને દબાવે છે તે સહન કર્યા કરે છે." દવે આગળ નોંધે છે "આ વાત જ્યોતીન્દ્ર એટલી સચોટતાથી કહેતો કે બધા સ્તબ્ધ થઈ સાંભળતા. કોઈ આયન રેન્ડની ચોપડી "Fountainhead"ની વાતો તે કરતો. હિટલર અને ગાંધીજીની તુલના કરતો. સાંભળવાની તો મને પણ મજા આવતી પરંતુ સાંભળતા સાંભળતા મને થતું કે હું જ સેકન્ડ રેટર છું અને જ્યોતીન્દ્ર ફર્સ્ટ રેટર. માટે જ મને તે ન ગમતો."ખરેખર માણસ મૃત્યુ ની નજિક હોય ત્યારે તેને પોતા નું સમગ્ર જીવન દેખાય છે બીજા એક પ્રસંગ માં કિશોર નામનો વિદ્યાર્થી જે શાહ સાહેબ ની નજિક હતો તેનું બખૂબી વર્ણન એક પ્રસંગ માં લેખકે કર્યું છે ,જ્યોતીન્દ્ર

સમાજ થી આગળ વિચારતા અને વિદ્યાથી ને યોગ અને તત્વજ્ઞાન નું શિક્ષણ આપતા હતા અને બીજા એક પ્રસંગ માં કિશોર અવાર નવાર તેમની પાસે યોગ અને તત્વજ્ઞાનની વાતો જાણતો હતો . , આમાં મરતા મરતા કિરણ દવે માત્ર ને માત્ર જ્યોતીન્દ્ર ને જ યાદ કરે છે અને તેની માફી પણ માંગે છે જે એક નવલકથાનો મારા મત મુજબ યુ ટર્ન છે ... હરેશભાઈની આ નવલકથા માંનવલકથામાં ઠેર ઠેર જ્યોતીન્દ્ર દ્વારા ઉચ્ચારવામાં આવેલું શિક્ષણ અને જિંદગી જીવવા અંગેનું તત્વજ્ઞાન વાચકને વિચારતો કરી મૂકે તેવું છે. આદર્શ શિક્ષક બનવા ઈચ્છતા નવી પેઢીના મિત્રો માટે જ્યોતીન્દ્રનું પાત્ર આદર્શ વ્યક્તિઓ જેવું છે.અને કિરણ દવેનું પાત્ર વિદ્યાથીઓએ અને શિક્ષકોએ ખટપટિયા અને રાજકારણી, દુષ્ટ વૃત્તિ ધરાવતા શિક્ષકોથી શા માટે દૂર રહેવું જોઈએ તેહું સચોટ વર્ણન કર્યું છે, ટ્રસ્ટી મંડળના બહુ ટૂંકી અને વ્યવસાય બુદ્ધિ ધરાવતા પ્રમુખ, સાચા શિક્ષકની પરખ ધરાવતા કિશોર જેવા વિદ્યાથીઓ, ને "મો માં મગ ભર્યા હોય" તે કહેવત ને સાર્થક કરતા આચાર્ય ઓઝાસાહેબ આ બધા નવલકથાના એવા પાત્રો છે જેને એક વાર વાચકો વાંચશે તો લાગશે કે ખરેખર આજે સમાજ આવા જ્યોતીન્દ્ર જેવા શિક્ષકો ના આદર્શોથીજ જીવંત છે બાકી તો દરેક જગ્યા એ કિરણ જેવા તો પડ્યા છે આ નવલકથા ને ગુજરાત ની અનેક યુનિવસીટી ના અભ્યાસ ક્રમ માં સ્થાન મળ્યું તે એકદમ સાર્થક છે .અને યોગ્ય છે તેવું અંદરથી મહેસુસ થાય છે , દરેક શિક્ષક , વિદ્યાથી , શિક્ષણવિદ , વાલીઓ , પ્રોફેસરો , યુનિ ના કુલપતિઓ ટ્રસ્ટીઓ અને નેતાઓ એ આ પુસ્તક ખાસ વાંચવું જોઈએ તેવો મારો મત છે .

સંદર્ભ : ૧.અંગદનો પગ – હરેશ ધોળકિયા,પ્રકાશક: ગૂર્જર ગ્રંથરત્ન કાર્યાલય,પૃષ્ઠ:૧૮૮

૨.શિક્ષણ અને સંસ્કારની સમસ્યાઓ-એકલવ્ય, "ગુજરાતમિત્ર", તા.૨૧/૧૧/૨૦૦૬

૩.મારી પસંદગીનું સાહિત્ય – હિના પારેખ "મનમૌજી"આ પુસ્તક તમે જોયું? વાંચ્યું? જૂન ૭ , ૨૦૧૦.

૪. KCG-Portal of Journals1 | Continuous Issue-42 | December– January 20 મિહિર એમ વોરા

11

ગાંધીજી 1925માં કચ્છની યાત્રા પર આવેલા.

મિત્રો આ લેખ में ભુજના સ્વ શ્રી .પ્રભુલાલભાઈ ધોળકિયા એ "કચ્છ માંહેના ગાંધીજીના સન 1925ના પ્રવાસની લેખી ની" ડાયરીના પાના ને આધારે લખ્યો છે પ્રભુલાલ ભાઈ ના દીકરી શ્રીમતી સરોજબેન અંજારિયા ની વાતો ને આધારે લખાયો છે જેની નોંધ લેજો એટલે આ લેખ એક ઐતિહાસિક ઝરણું છે.. ગાંધીજી 1925માં બે અઠવાડિયા માટે કચ્છની યાત્રા પર આવેલા. સરદાર વલ્લભભાઈ પટેલ અને મહાદેવભાઈ દેસાઈ પણ સાથે હતા. લેખક-સ્વયંસેવકને નાતે સાદ્યંત આ યાત્રામાં ય જોડાયેલા.

આ એક ઐતિહાસિક દસ્તાવેજ છે અને ગાંધીજીએ અસ્પૃશ્યતા નિવારણ માટેના કરેલા પ્રયાસો છે. કચ્છમાં દરેક સ્થળે બાપુનું ભવ્ય સન્માન થયું, તેમના દર્શનાર્થે માનવ મેદની ઊમટતી, છતાં દરેક સ્થળે હરિજનોને અલગ રાખવામાં આવ્યા. ક્યાંક તેમને માર પડ્યો. સભા તોડવાના પ્રયત્નો થયા. આ સ્થિતિ જોઈ બાપુની વેદનાનો પાર

ન રહ્યો.લેખકનો 'આંખે દેખ્યો અહેવાલ' પ્રથમ કચ્છથી પ્રકાશિત થતા રમેશભાઈ સંઘવીના તંત્રીપદ હેઠળ સંપાદિત દ્વિમાસિક "શાશ્વત ગાંધી"માં હપ્તાવાર છપાયો હતો તેના આધારે લખ્યો છે.

મિત્રો મારા નાના અને કચ્છ નો એનસાયક્લોપીડીયા કહેવાતા એવા કચ્છ જિલ્લા પંચાયત ના પ્રથમ પ્રમુખ અને મારા નાના સ્વ ,શ્રી કાંતિપ્રસાદ સી અંતાણી ની સક્રિય ભૂમિકા હતી ગાંધીજી ને કચ્છ લઇ આવવામાં તેમનો ફાળો હતો એટલે અને આ મુલાકાત વખતે જ મારા નાના ની માતા ને કહું હતું કે તમારો દીકરો કાંતિપ્રસાદ હીરો છે એટલે તેને સાચવજો તે વાક્ય આગળ જતા સાર્થક બન્યું હતું. ભુજથી યાત્રા આગળ વધી ત્યારે વ્યવસ્થાતંત્રના સંચાલન માટે મધ્યસ્થ સ્વાગત મંડળના પ્રતિનિધિ તરીકે સ્વાગત મંડળના બે મંત્રીઓ શ્રી ગુલાબશંકર ધોળકિયા અને શ્રી કાંતિપ્રસાદ અંતાણી તથા સ્વાગત મંડળના એક સભ્ય શ્રી પ્રભુલાલ ધોળકિયાને સરદારશ્રીએ બાપુના રસાલા સાથે રહેવાનું કહ્યું એટલે આ ભાઈઓએ યાત્રાના સમગ્ર આયોજનનું તંત્ર સંભાળી લીધું.

આ બધી વાતો ભુજના સ્વ શ્રી .પ્રભુલાલભાઈ ધોળકિયાએ કચ્છ માંહેના ગાંધીજીના સન 1925ના પ્રવાસની ડાયરીના પાના માં લખી છે . આમાં ગાંધીજી ભુજ ભુજ 22 ઓક્ટોબર ૧૯૨૫થી 24 ઓક્ટોબર સુધી ,૨૫ ,૨૬ ઓક્ટોબર કચ્છના પશ્ચિમ ભાગ તરફ ,27 ઓક્ટોબર, કોઠારાથી વિંઝાણ થઈને મોડી રાત્રે ડુમરા પહોંચ્યા,૨૮,૨૯ ઓટકોબર, ડુમરાથી માંડવી ભણી વળ્યા, 30 ,૩૧ ઓક્ટોબર ગોધરાથી સંઘ માંડવી પહોંચ્યો,૧,૨,3 નવેબ્બર મુન્દ્રા ,૪નવેમ્બર અંજાર ,5 નવેંબર કચ્છ માંથી પ્રસ્થાન કર્યું હતું. આ યાત્રા માં ગાંધીજી ને કચ્છ ના અનેક લોકો જેવા કેપ્રખ્યાત સુપ્રસિદ્ધ વનસ્પતિશાસ્ત્રી જયકૃષ્ણ ઇંદ્રજી ઠાકરે બાપુની મુલાકાત લીધી હતી અને કચ્છની વનસ્પતિ સમૃદ્ધિની રસપ્રદ વાતો કરી.

બાપુના વરદ હસ્તે તેમણે વૃક્ષારોપણ કરાવ્યું હતું . આ વૃક્ષ સમૂહને 'ગાંધી કુંજ'નું નામાભિધાન આપી તેની ભાળવણ માંડવી નગરપાલિકાને સુપરત કરી. મહાદેવભાઈને કાઠડા રાજમહેલ લઈ જઈને ત્યાં કરેલો વિપુલ વનસ્પતિ સંગ્રહ અને વિનસ્પતિ પ્રદર્શન બતાવ્યા હતા .દેશલપુર પાસે મંજલના ત્રિભેટે મંજલના વતની

કચ્છના ખેડૂત અને અંત્યજ સેવક ખટાઉ વાલજીનાં બહેન સાધ્વી મૈયા અને તેમના મહિલાશ્રમની બહેનોએ બાપુના દિલને ટાઢક વળે તેવું સ્વાગત કર્યું. આશ્રમની બધી બહેનો નખશીખ ખાદીધારી. સ્વાગત ફૂલહારોને બદલે જાતે કાંતેલી આંટીઓની ભેટ ધરીને કર્યું. અંત્યજ સેવા અને ખાદી ભાવનાથી રંગાયેલી આ બહેનોની દેશભક્તિ જોઈ બાપુના મુખેથી "કચ્છમાં સાવ સૂકું નથી, લીલું ય છે ખરું!" એવા પ્રશંસાના શબ્દો નીકળ્યા..

કોટડાના એ લોકસેવક જીવરામ કલ્યાણજી કોઠારીએ પોતાની સમગ્ર મિલકત ખાદી અને હરિજન-ગિરિજનની સેવા અર્થે દેશને ચરણે ધરેલી. આ સેવાવીરે પોતાનું સર્વસ્વ તો અર્પણ કરેલું જ ઉપરાંત પોતાનું જીવન પણ અંત્યજ અને આદિવાસીઓની સેવાને સમર્પણ કર્યું. તેઓ પોતાના પત્ની નાથીબાઈ સાથે ઓરિસ્સાના કંગાલ વિસ્તારમાં ભદકમાં આશ્રમ સ્થાપી જનસેવા કરે છે.ડુમરાની જ્ઞાનશાળાનાં સંચાલિકા કુમારી કબુબહેન,બાળાશ્રમના ગૃહપતિશ્રી ગોવિંદજી આશર,ઉપરાંત અનેક લોકો નો સારો એવો અનુભવ પણ થયો હતો .

મુંબઈથી બાપુ રૂપાવતી સ્ટીમરમાં માંડવી બંદરે ઉતર્યા. એમની સાથે બાપુના મંત્રીઓ શ્રી મહાદેવભાઈ દેસાઈ તથા શ્રી કૃષ્ણદાસજી, શ્રી સરદાર વલ્લભભાઈ પટેલ, શ્રી મણિલાલ કોઠારી, ખાદી સેવક શ્રી પુરુષોત્તમ આશર, શ્રીમતી વલાબહેન આશર, શ્રી આનંદિની આશર, સરદારશ્રીના પુત્ર શ્રી ડાહ્યાભાઈ અને મુંબઈ વસતા ભુજના શ્રી દોલતરામ જટાશંકર ધોળકિયા તેમ જ મુંબઈના અખબારોના પ્રતિનિધિ તરીકે શ્રી જીવરાજ ગોકુલદાસ નેણસી યાત્રી સમૂહમાં ભેળા આવ્યા છે. જે જે સ્થળોએ બાપુનો પડાવ મુકરર કરવામાં આવ્યો છે ત્યાં ત્યાં સ્વાગત મંડળો રચાયાં છે. મધ્યસ્થ સ્વાગત મંડળના યાત્રામાં સાથે રહેલા પ્રતિનિધિઓના માર્ગદર્શન પ્રમાણે કાર્યક્રમોની વ્યવસ્થા કરવાનું આથી સરળતાથી ચાલે છે.

બાપુ તો દેશના કામો અર્થે દેશભરમાં હંમેશાં પ્રવાસ કરતા હોય છે. એમના પ્રવાસનું આયોજન પૂર્વયોજિત અને વ્યવસ્થાપૂર્ણ હોય છે. પ્રવાસમાં પણ બાપુનાં અનેકવિધ કામો અને દિનચર્યા તેઓશ્રીના આશ્રમમાં હોય છે તે રીતે અવિરત ચાલતાં રહે છે. એટલે યાત્રાની

સમગ્ર વ્યવસ્થા પર સરદારશ્રી દેખરેખ રાખી રહ્યા છે અને મણિભાઈ કોઠારીની દોરવણીથી દેશબંધુ સ્મારક ફાળો ઉઘરાવવાનું કામ પણ મધ્યસ્થ સ્વાગત મંડળના મોવડીઓ ગામેગામ કરી રહ્યા છે.

વ્યવસ્થાની દ્રષ્ટિએ તો યાત્રા ધાર્યા પ્રમાણે સફળતાથી આગળ ચાલી રહી છે. કચ્છના કાચા રસ્તા અને ટાંચાં સાધનોનાં કારણે એક પડાવથી બીજા પડાવે પહોંચવામાં મોડું થઈ જાય તો ય એમાં તો કચ્છની પરિસ્થિતિને કોઈ દોષ દઈ શકાય તેવું નથી. ગાંધીજી આમ તો દેશભરમાં સત્યાગ્રહ, અંત્યોદયોની સેવા, કોંગ્રેસની સભાઓ માટે ફરતા રહેતા હતા. તેવામાં મુંબઈના કચ્છીઓ ગાંધીજીના પરિયયમાં હતા. તેઓ વારંવાર બાપુને કચ્છ આપવવાનું આમંત્ર આપતા હતા. જેનાથી પ્રેરાઈને બાપુ તા.૨૧/૧૦/૧૯૨૫માં મુંબઈઃથી રૂપવતી સ્ટીમરમાં કચ્છ આવવા નિકળ્યા હતા. રસ્તામાં તેઓએ દ્વારકામાં સ્ટીમર ઉભી રહી તો ત્યાં પણ ભાષણ આપ્યું હતું.
બીજાદિવસેબાપુમાંડવીપહોંચીઆવ્યાહતા..ગાંધીજી માંડવી, ભુજ, કોઠારા, અંજાર, નખત્રાણા પાસે કોટડા, મુન્દ્રા વગેરે શહેરોમાં પ્રવાસ ગોઠવાયો હતો. એ સમયનું કચ્છ ખૂબ જ અલ્પવિકસીત પ્રદેશ હતો. મુખ્ય શહેરો વચ્ચે રસ્તા હતા પરંતુ બાકીની જગ્યાઓ પર રસ્તાના પણ ઠેકાણા ન હતા. જેના પગલે ગાંધીજીને ખૂબ જ થાક લાગવાની સાથે એક વખત તો તાવ પણ આવી ગયો હતો

. પૂજ્ય બાપુને કચ્છ પધારવાનું આમંત્રણ આપેલ તે આમંત્રણ અને આગમન વચ્ચેનો મોટો એવો ગાળો મધ્યસ્થ સ્વાગત મંડળને પ્રચાર કરવા માટે અને પૂર્વ તૈયારી માટે મળ્યો. બાપુ જેવી વિભૂતિને આમંત્રીને જે જવાબદારી માથે લીધેલી તેનો ખ્યાલ તો સ્થનિક કાર્યકર્તાઓને હતો પણ બાપુ આપણામાં કઈ કઈ આશા અપેક્ષા રાખશે એ વિશેની અમારી દ્રષ્ટિ કેળવાયેલી નહીં એટલે પ્રચાર અર્થે મળેલા સમયમાં બાપુને યોગ્ય એવા સત્કાર માટે લોકમાનસને કેળવવા માટે કોઈ યોજના અમલમાં મુકાઈ નહીં, એવું યાત્રમાં થયેલા અનુભવે લાગ્યું. સ્વાગત મંડળની અનેક સભાઓ મળેલી.

બાપુના શાનદાર સ્વાગતની વિગતો વિચારાઈ. ગામેગામ ફરીને સ્વાગત સભ્યો નોંધવાની ઝુંબેશ પણ નક્કી થયા પ્રમાણે સારી રીતે થઈ. તેમ જ વખતોવખત પત્રિકાઓ પ્રગટ કરીને બાપુની યાત્રા જ્યાં

જ્યાંથી પસાર થાય ને જ્યાં જ્યાં સભાઓ યોજાય ત્યાં ત્યાં આવીને સત્કાર કરવાનો અને દર્શનનો લાભ લેવાનો લોકોને સ્વાગત મંડળે અનુરોધ કરેલો. મહારાઓશ્રીએ પણ નિખાલસ મનથી બાપુ પાસે પોતાનું દિલ ખોલ્યું એવું પૂજ્ય બાપુના ભાવવાહી ઉદ્ગારો પરથી પ્રતીત થયું.

ગ્રામ પ્રદેશોમાંથી આવેલા કાર્યકરોને સરદારશ્રી અને મણિભાઈ કોઠારીને મળવાનો મોકો મળ્યો એથી કચ્છના કામોની સારી એવી માહિતી એ આગેવાનોને મળી. કચ્છમાં હિન્દુ મુસલમાન વચ્ચે પ્રવર્તતા એખલાસની વાતો જાણીને બાપુને ખૂબ સંતોષ થયો. કચ્છનો મુસ્લિમ ગોસેવાના કાર્યમાં હિન્દુ ધર્મી જેટલી જ દિલચસ્પી દાખવે છે એનું પ્રમાણ કવિ 'ચમન'ના સાત્વિક દાનથી આ પ્રસંગે પ્રગટ થયું એ સુખદ ગણાય. સ્વાગત મંડળે બે કોરી જેવું મામૂલી લવાજમ રાખી ગરીબમાં ગરીબને પણ બાપુના સ્વાગતનો અધિકારી બનાવ્યો એ પ્રશંસાપાત્ર ગણાયું. તે સાથે કચ્છના વાગડ જેવા પ્રદેશમાં હજી ડોશીમાનો રેંટિયો મોજુદ રહ્યો છે તેની પ્રસાદીરૂપ મેળવેલી સૂતરની સેંકડો આંટીઓ બાપુને ચરણે ધરવામાં આવેલી એ વિધિને સરદારશ્રીએ ખૂબ આવકારદાયક ગણી. કચ્છ ના મહારાવ એ પોતા ની ગાડી પણ આપી હતી ગાંધીજી ને પ્રવાસ માટે પણ તેમને ના પડી દીધી હતી.

આ અરસામાં સ્વ. દેશબંધુ ચિત્તરંજન દાસનું રાષ્ટ્રીય સ્મારક ભંડોળ કરવાનું દેશે નક્કી કરેલું. એ સ્મારક ભંડોળમાં કચ્છની યાત્રામાં પ્રજા પાસેથી સારી એવી રકમ મળશે એવી આશા બાપુને આપવામાં આવેલી અને કાર્યકરોએ પણ સેવેલી. પણ કચ્છના એક વર્તમાનપત્રે સ્થાનિક કાર્યકર્તાઓ પ્રત્યેના અંગત રાગદ્વેષથી પ્રેરાઈને 'કચ્છના નાણાં કચ્છમાં વપરાય' એવો પ્રચાર વહેતો કયોૅ.

વતનભક્તિ અને સ્વદેશ પ્રેમના રૂપાળા નામે ચાલેલી આ સાંકડી મનોવૃત્તિને ઉત્તેજિત કરે એવા પ્રચારનો ભોગ કચ્છ બહાર વસતા ઘણા એવા ભોળા નાગરિકો બન્યા અને કચ્છીઓની સ્વાભાવિક એવી ઉદાર વૃત્તિને ન શોભે એવો વર્તાવ દાતાઓએ કયોૅ એ બનાવ પણ કચ્છના નામને ઝાંખપ આપે એવો આ યાત્રા-ઇતિહાસમાં નોંધાયો! બાપુની કચ્છ યાત્રા ખાસ્સા બે અઠવાડિયા જેટલા સમયની યોજી શક્યા, પણ

કચ્છમાં વ્યવહારના સાધનો અઢારમી સદીનાં એટલે બાપુને ખૂબ શ્રમિત કર્યા છતાં કચ્છનો થોડોક જ ભાગ યાત્રા પથમાં આવરી શકાયો. બાપુને વિદાય આપતી વેળાનું દ્રશ્ય ભારે પ્રેરક હતું. હરેક કાર્યકર્તા પોતાના દિલને ઢંઢોળી રહ્યો હતો. બાપુના સંદેશાએ દિલ દિમાગને ઘણું ઘણું આપ્યું હતું. એને જીરવવાની પોતાની કેટલી તાકાત અને તૈયારી છે એની મૂંઝવણ છતાં કાર્યકરોએ બાપુને ભાવભરી વિદાય આપીને કૃતકૃત્યતા અનુભવી. કચ્છની ખમીરવંતી ભૂમિ અને તેના ભડવીર સંતાનો જગતના આ પુરુષોત્તમનો સંદેશ જીવનમાં ઉતારવા દિલમાં દીવો ધરી પ્રકાશ પાડશે એવી આશા રાખવી રહી.

પરંતુ આ યાત્રાએ બાપુને શરીરના બદલે માનસીક દુઃખ આપ્યું હતું. ભુજ સહિતના શહેરોમાં બાપુની સભામાં ભદ્ર વર્ષ અને અંત્યોદય વચ્ચે અલગ-અલગ બેઠક વ્યવસૃથા રાખવામાં આવી હોવાથી ગાંધીજી સમસમી ઉઠ્યા હતા. ગાંધીજીએ મોટાભાગની સભાઓમાં આ અંગે ભારે દુઃખ અને આધાત વ્યક્ત કર્યો હતો. વળી બાપુ જ્યાં જતા ત્યાં દેશની ગરીબી અને ગૌસેવા માટે ફાળો ઉઘરાવતા. કચ્છમાં પણ તેઓએ સારો એવો ફાળો આવશે તેવી આશા હતી. પરંતુ થયું એનાથી ઉલ્ટુ. કેટલાક શ્રીમંત લોકોએ કચ્છનો રૂપિયો કચ્છમાં એવો પ્રચાર શરૂ કર્યો હતો. જેના લીઘે કચ્છની ત્યારે દેશભરમાં છબી ખરડાઈ હતી. બાપુની સાથે સરદાર પટેલ પણ કેટલાક કચ્છીઓની આવી કંજુસાઈ જોઈને ચોંકી ઉઠ્યા હતા.

સરદાર તો અનેક વખત માંડ-માંડ બાપુના લીઘે પોતાના ગુસ્સા પર કાબુ રાખી શક્યા હતા. કચ્છના પૈસા કચ્છમાં એવા પ્રચારના લીઘે બાપુને કચ્છમાંથી કોઈ વિશેષ ફાળો થયો ન હતો. ખૂદ માહાત્મા ગાંધીએ કહ્યું હતુ કે, મારા દ્વારા ઉઘરાવેલો ફાળો ખર્ચ કચ્છમાં જ કરાવવા માંગો છો ? પરંતુ આ ફાળો તો હિન્દુસ્તાનના ગરીબોનો ભાગ છે. જો એવી જ શરત રાખવા માંગતા હો તો કચ્છના મિત્રો હું એક કોડી પણ ન લઉં. આવી શરત કચ્છીઓને જ મોઢે મેં અત્યંત દુઃખ પૂર્વક સાંભળેલી છે.

વળી ગરીબ લોકોએ ફાળો આપતી વખતે આવી કોઈ શરત મુકી ન હતી તેવું ગાંધીજીએ જ કહ્યું છે. અનેક સભામાં ભદ્ર લોકો અને અંત્યોદય

વચ્ચે અલગ-અલગ બેઠક વ્યવસ્થા અને કચ્છમાં અનુસુચિત જાતિઓ સામે કરાતુ ઓરમાન ભર્યું વર્તનની વાતોથી બાપુ દ્રવી ઉઠયા હતા. કચ્છના લોકોએ કેટલીક વહીવટની પણ ફરિયાદો કરી હતી. જેના પગલે બાપુ તત્કાલીન કચ્છના મહારાવને ભુજના શરદબાગ પેલેસમાં મળ્યા હતા.

બાપુએ મહારાવને કેટલીક સલાહો પણ આપી હતી. તેવી જાણ ખૂદ બાપુએ ભુજની સભામાં કરી હતી. ખાસ કરીને ભુજની સભામાં થયેલા ડખ્ખાના કારણે કચ્છ તાથા મુંબઈમાં હાહાકાર મચી ગયો હતો. અસ્પૃશ્યતાના મુદે ભુજની સભામાં બાપુએ ત્યારના ભદ્ર લોકોની ઝાટકણી કાઢી હતી. તેના પ્રત્યાઘાત રૂપે બાપુ સાથે રહેલા કેટલાક પ્રતિષ્ઠીત લોકોને ભુજમાં નાતબાહર મુકાતા હોબાળો મચ્યો હતો. બાપુ કચ્છમાં ગંદકીથી પણ વ્યથીત થતા હતા. ખાસ કરીને માંડવીમાં તેઓને ગંદકીનો કડવો અનુભવ થયો હતો.
વળી માંડવીની અવ્યવસ્થાથી પણ તેઓ કંટાળ્યા હતા. કચ્છની મુસાફરી અંગે ખૂદ ગાંધીજીએ કહ્યું છે કે કચ્છ આવતી પહેલા ઉદ્ગાર કાઢેલો કે હું કચ્છ શા સારૂ જાઉં છું ? તેની મને ખબર નથી. હવે અતિ લાંબી લાગેલી મુસાફરીનો એક જ દિવસ બાકી છે ત્યારે મને એમ જ લાગે છે કે હું શા સારૂ આવ્યો ? કચ્છની તો મને કંઈ જ ખબર નહતી

.માત્ર કેટલાક કચ્છી ભાઈઓના આગ્રહ અને પ્રેમને જ વશ થઈને હું નિકળ્યો. અહીં આવીને જોયું કે બીજા કેટલાકે તો એમ પણ કહ્યું કે મને કચ્છ લાવતા પહેલા તેઓને પૂછવામાં જ નહોતું આવ્યું !. મે તો પાયા વિનાના આશાનો ડુંગરો બાંધેલા.આ યાત્રામાં બાપુની સાથે સરદાર પટેલ, મહાદેવ દેસાઈ, કૃષ્ણદાસજી, પુરૃસોતમ આશર, વાલાબેન આશર, આનંદીની બેન આશર, સરદાર વલ્લભભાઈ પટેલના પુત્ર ડાયાલાલ, દોલતરામ જટાશંકર ધોળકીયા, મુંબઈના વર્તમાનપત્રોના પ્રતિનિધ જીવરાજ ગોકુલદાસ નેણસી સાથે રહ્યા હતા. સમગ્ર પ્રવાસની દેખરેખ સરદાર પટેલ પોતે રાખતા હતા.

બાપુને સમયસર ટપાલો મળતી રહે તાથા અખબારો પહોંચે તેવી વ્યવસ્થા કરવામાં આવી હતી. ગાંધીજીએ કચ્છમાં બેઠા-બેઠા અનેક પત્રો તાથા સામાયીકોમાં પણ લખતા રહેતા હતા ! કચ્છ આવતી વખતે સ્ટીમરમાં ગાંધીજીનો જમણો હાથ દુખતો હતો તોથી

પત્રોના જવાબો ડાબા હાથેથી લખી આપતા હતા તેવું બાપુએ પત્રમાં લખેલું છે. એવું નથી કે સમગ્ર યાત્રામાં બાપુને ખરાબ અનુભવ થયા. કેટલીક જગ્યાએ બાપુએ કચ્છમાં ખાદી પ્રચાર-પ્રસારના કાર્યો, ગરીબો-અંત્યોદયની સેવા કરનાર લોકોને બિરદાવ્યા પણ હતા. એક સભામાં કચ્છની પ્રજાને બાપુએ સાહસીક, દરીયા ખેડનારી, પૃથ્વીની પ્રદક્ષિણા કરી પૈસા એકઠી કરનારી બતાવી હતી. સેવાભાવી લોકોની પ્રવૃતિને જોઈને બાપુ એ કહ્યું હતું કે, કચ્છ સાવ સુકુ નથી, લીલું પણ છે!

સંદર્ભ : e.mail : saroj.anjaria@gmail.com

મુદ્રાંકન સહયોગ : આશાબહેન બૂચ

Category :- Gandhiana https://opinionmagazine.co.uk/details/2309/gandhijinee-kutchyaatraa, રમેશભાઈ સંઘવીના તંત્રીપદ હેઠળ સંપાદિત દ્વિમાસિક "શાશ્વત ગાંધી " વિવિધ અખબારી અહેવાલો , વિકિપીડિયા

www.ingramcontent.com/pod-product-compliance
Lightning Source LLC
Chambersburg PA
CBHW052123150726

48002CB00006B/2469